Bảo Anh Lạc Bookshelf 116

PHẬT GIÁO CHÂU PHI THẾ KỶ XXI

Thích Nữ Giới Hương

Với Lời Giới Thiệu của Đức Tăng thống Phật giáo Châu Phi

Hòa thượng Tiến sĩ ILukpitiye Pannasekara Thero

Nhà Xuất bản
HƯƠNG SEN

HƯƠNG SEN BUDDHIST TEMPLE

19865 Seaton Avenue, Perris, CA 92570, USA

Tel: 951-657-7272, Cell: 951-616-8620

Email: huongsentemple@gmail.com

thichnugioihuong@yahoo.com

Fanpage: Huong Sen

Web: www.huongsentemple.com

Phật Giáo Châu Phi Thế Kỷ XXI

Tác giả: Thích Nữ Giới Hương

Hình bìa: Tác giả TN Giới Hương
và Chư Ni Uganda Buddhist Center, Uganda, Châu Phi

Thiết kế: Vũ Đình Trọng

Mong cuốn sách là nhịp cầu tri kỷ
Gửi tâm tình đến khắp nẻo nhân gian
Để yêu thương chẳng ngại dặm đường dài
Cùng dấn thân về miền đất nắng cháy.

Khi từ bi đã đong đầy lồng ngực
Thì đại dương cũng hóa bước chân qua
Chẳng còn xa xôi, chẳng còn cách trở
Châu Phi gần trong hơi thở từ tâm.

Nguyện mai đây trên vùng đất cằn khô
Những đóa sen thiêng bừng lên tỉnh thức
Mang bình an xoa dịu bao nỗi đau
Cho nụ cười mãi rạng rỡ, thâm trầm.

Nam mô Phật, Nam mô Pháp, Nam mô Tăng.

MỤC LỤC

LỜI GIỚI THIỆU

Của Hòa thượng Tiến sĩ Illukpitiye Pannasekara Thero

Namo Tassa Bhagavato Arahato Samma Sambuddhassa

(Nam Mô Bổn Sư Thích Ca Mâu Ni Phật)

Vào ngày 29/12/2025, tại Chùa Phật giáo Tanzania, Hòa thượng Ilukpitiye Pannasekara, Tăng thống Phật giáo Châu Phi (chính giữa), đã hoan hỉ đón nhận các tác phẩm sách của Ni sư, Tiến sĩ Thích Nữ Giới Hương (trái), trụ trì Chùa Hương Sen (California, Hoa Kỳ) trao tặng.
Sự giao lưu đầy ý nghĩa này đã làm nổi bật mối gắn kết tâm linh và tinh thần chia sẻ Phật pháp giữa cộng đồng tăng đoàn Hoa Kỳ và Châu Phi.

Vun Bồi Mảnh Đất Trí Tuệ: Tầm Nhìn Cho Phật Giáo Châu Phi

Thật là một niềm vinh dự cho tôi khi được viết lời giới thiệu cho cuốn sách số 117: **"AFRICAN BUDDHISM IN THE TWENTY-FIRST CENTURY"** (Bản tiếng Việt số 116: **Phật Giáo Châu Phi Thế Kỷ XXI**), trong Tủ sách Bảo Anh Lạc của Ni sư Tiến sĩ Thích Nữ Giới Hương khả kính.

Cuốn sách này bao gồm 11 chương:

1. Các quốc gia, Văn hóa và Tôn giáo Châu Phi: Chương này giới thiệu sơ lược về nền văn hóa, tôn giáo đặc sắc và 54 quốc gia trên lục địa Châu Phi.

2. Phật giáo tại Tanzania – Tiếng vọng Thiền bên bờ Ấn Độ Dương: Phần này làm nổi bật cách Phật giáo Tanzania thúc đẩy sự hợp tác với Kitô giáo và Hồi giáo, xem sự đa dạng của Châu Phi là "mảnh đất màu mỡ" cho sự giải thoát.

Thiền trong Hành động: Sự thực hành vượt ra ngoài sự tĩnh lặng để tập trung vào phát triển cộng đồng tích cực.

Trung tâm Giáo dục: Chùa Phật giáo Tanzania và tổ chức Kind Heart Africa kết hợp thiền định với các trường mẫu giáo để cung cấp nền tảng tri thức và đạo đức.

3. Phật giáo tại Uganda – Đức tin và Sự chuyển hóa trên Thảo nguyên: Dưới sự lãnh đạo của Ngài Bhante Buddharakkhita, Trung tâm hoạt động như một nôi phát triển cộng đồng thay vì chỉ là nơi thờ phượng. Để giải quyết "nỗi khổ thực sự" do thiếu giáo dục, họ đang thiết lập một hệ thống trường học toàn diện bao gồm: Mầm non, Tiểu học, Trung học và Cao đẳng.

4. Phật giáo tại Rwanda – Chánh niệm Phật giáo và Sự trị liệu sau thảm họa diệt chủng tại Rwanda: Rwanda thời kỳ hậu diệt chủng đóng vai trò như một bối cảnh mạnh mẽ cho sự giao thoa giữa chánh niệm Phật giáo và tiến trình chữa lành quốc gia. Sau thảm kịch năm 1994, đất nước này đã tìm kiếm nhiều con đường khác nhau để hòa giải; trong số đó, triết học Phật giáo cung cấp một khuôn khổ thiết yếu để giải quyết những tổn thương. Bằng cách ưu tiên sự bình an và tỉnh thức, những giáo lý này mang đến cho xã hội Rwanda một phương thức ý nghĩa để nuôi dưỡng khả năng phục hồi cảm xúc và tâm linh bền vững.

5. Phật giáo tại Kenya – Sức sống mới từ Tâm linh: Chùa Phật giáo Nairobi đóng vai trò là "Thánh địa Hòa bình" cho tất cả người dân Kenya, cung cấp một vùng đất trung lập cho chánh niệm bất kể tín ngưỡng nào.

Từ bi trong Hành động: Được dẫn dắt bởi Ngài Bhante Wimala, ngôi chùa hoạt động như một trung tâm nhân đạo, tổ chức các trại y tế, phân phát xe lăn và tài trợ học bổng cho các bé gái.

Chữa lành Cộng đồng: Tâm linh chuyển hóa thành sự cứu trợ hữu hình, chứng minh rằng Chánh Pháp tích cực chữa lành đói nghèo và bệnh tật cho người dân địa phương.

6. Phật giáo tại Zambia – Nhịp cầu Từ bi:

Nơi nương tựa cho người yếu thế: Giữa lòng Lusaka, gần khu phức hợp Ngwerere, Trung tâm Văn hóa Thiếu Lâm (Shaolin Cultural Center) đứng vững như một minh chứng mạnh mẽ cho "Từ bi trong Hành động". Đây không chỉ là nơi thờ phượng mà còn là mái ấm tích cực nhận nuôi trẻ mồ côi và trẻ em dễ bị tổn thương từ các khu ổ chuột, cung cấp cho các em thức ăn, chỗ ở và một mái nhà ổn định.

Nhịp cầu Văn hóa: Trung tâm này đóng vai trò là cầu nối quan trọng giữa các nền văn hóa, đăng cai Đại hội Võ thuật Thiếu Lâm Châu Phi và cung cấp giáo dục về ngôn ngữ. Nó chứng minh rằng Chánh Pháp có thể hưng thịnh bằng cách thích nghi với nhu cầu địa phương, biến "các khu ổ chuột ở Zambia" thành những cánh đồng nơi những cây Bồ đề của hy vọng và khả năng lãnh đạo được gieo trồng mỗi ngày.

7. Phật giáo tại Ethiopea – Một mầm sống mới trên vùng đất của trí tuệ cổ xưa: Ethiopia, "Mái nhà của châu Phi" mang bề dày lịch sử và là cái nôi của nền văn minh cổ đại, đang chứng kiến một sự trỗi dậy tâm linh mới. Dù bám rễ sâu trong truyền thống Chính thống giáo và Hồi giáo, một "mầm chồi" Phật giáo mới đã bắt đầu nảy nở thông qua phong trào quần chúng. Được người dân bản địa đón nhận như một "liều thuốc tâm lý quý giá", việc thực hành chánh niệm đang hòa quyện cùng triết lý Ubuntu của châu Phi. Ngày nay, Đạo pháp đang mở ra một con đường tươi sáng của sự kiên cường và bình an trong lòng quốc gia đầy nghị lực này.

8. Phật giáo tại nước Cộng hòa Dân chủ Congo – Niết bàn giữa lòng Lục địa

Bến đỗ Bình yên: Tại một khu vực đầy rẫy xung đột, Chùa Nirvana (Lubumbashi, CHDC Congo) đóng vai trò là "bến cảng yên tĩnh" để an ủi tinh thần và chữa lành.

Lãnh đạo Bản địa: Sự trỗi dậy của các nhà sư bản địa chứng minh rằng Chánh Pháp là một nguồn lực đoàn kết tại địa phương, không chỉ là sự du nhập từ bên ngoài.

Chuyển hóa Đạo đức: Ngôi chùa tích cực đẩy lùi các tệ nạn xã hội bằng cách đề cao "Ngũ Giới" nhằm nuôi dưỡng một thế hệ thanh niên có đạo đức.

9. Phật giáo tại Nam Phi – Sự đa dạng trong Quốc gia Cầu vồng: Nhiều ngôi chùa Phật giáo như Chùa Nam Hoa (Nan Hua Temple), Viện Phật Học Châu Phi, Trung tâm Thiền tập Phật giáo (Buddhist Retreat Centre - Ixopo) – một Di sản Quốc gia, hay Kagyu Samye Dzong... đã đào tạo các tu sĩ bản địa, hoạt động như những trung tâm từ thiện, cung cấp cứu trợ mùa đông cho các khu dân cư nghèo và điều trị chấn thương tâm lý cho người dân địa phương.

10. Phật giáo tại Madagascar: Thiền-nhạc trên Đảo Ngọc: Sự đóng góp của **Thiền nhạc (Chan Music)** tại Chùa Tây Tổ (Madagascar), đặc biệt Đại sư Thích Ngộ Lạc đã mang những nét đặc thù, cách mạng, rất khác biệt so với các mô hình Phật giáo tại các quốc gia Châu Phi khác (như Tanzania, CHDC Congo, Kenya hay Uganda nơi chủ yếu tập trung vào từ thiện và giáo dục Phật giáo Nguyên Thủy truyền thống).

Tu tập qua âm nhạc: Các nhà sư học nhạc như một hình thức thiền định, việc chơi đàn tranh và thổi sáo chính là sự thực hành tu hành hằng ngày.

Hòa quyện giữa nghệ thuật và đạo hạnh: Thiền sư Thích Ngộ Lạc cổ xướng triết lý "Thành Phật qua đức hạnh" và "Thế giới hòa bình thông qua lễ nhạc"

Hình thức dễ tiếp nhận: Mục đích của Thiền nhạc là giúp công chúng tiếp nhận Phật giáo một cách thư thái và vui vẻ thông qua nghệ thuật, thay vì các nghi lễ tôn giáo khắt khe.

Kết hợp giáo dục nhân cách: Cốt lõi của việc chơi nhạc là để tu luyện đạo đức, làm người, nuôi dưỡng các giá trị "Nhân, Nghĩa, Lễ, Trí, Tín" bên trong mỗi hành giả.

11. Kết luận – Những bước chân không mỏi trên Lục địa Xanh: Với sự trợ giúp của Chư tôn đức Tăng ni hiện tại tại Châu Phi, hy vọng sẽ có nhiều chùa và nhiều Tăng Ni bản xứ Châu Phi, sẽ giúp trở thành những người gìn giữ Chánh Pháp, đảm bảo giáo lý cắm rễ vào "tâm hồn Châu Phi".

Thế giới sẽ nhìn nhận Châu Phi là "mảnh đất màu mỡ" cho Chánh Pháp, cho "Phật giáo Nhập thế", "Lãnh đạo Địa phương" và "Từ bi trong Hành động".

Cuốn sách với chín chương này không chỉ là một ký sự du lịch; đó là minh chứng cho sự nở rộ của Chánh Pháp trên một lục địa đã sẵn sàng đón nhận thông điệp về hòa bình, tự lực và từ bi.

Với tư cách là **Hòa thượng Tăng thống Phật giáo Châu Phi** và trụ trì **Thiền viện Phật giáo Tanzania** tại Dar es Salaam, sứ mệnh của tôi trong hơn hai thập kỷ qua rất rõ ràng: thiết lập một nền Phật giáo không chỉ được "cấy ghép" từ Châu Á, mà là một nền Phật giáo thực sự cắm rễ vào tâm hồn người Châu Phi.

Tầm Nhìn Của Tôi: Phật Giáo Là Đối Tác Cho Sự Thịnh Vượng Của Châu Phi. Tôi luôn giữ vững niềm tin rằng để Phật giáo hưng thịnh tại đây, đó phải là **"Phật Giáo Nhập Thế"**. Tại Tanzania và khắp các quốc gia Châu Phi, Chánh Pháp không thể chỉ là những lời kinh tụng trong chùa; nó phải giải quyết những nỗi khổ (Dukkha) thực tế của con người—sự nghèo đói, thiếu học vấn và bệnh tật. Triết lý của tôi là ngôi chùa phải trở thành trung tâm phát triển cộng đồng.

Giáo dục là Nền tảng: Để đạt được mục tiêu này, tôi đã ưu tiên giáo dục cho thanh thiếu niên Châu Phi. Thông qua tổ chức **Trái Tim Nhân Ái Châu Phi** (Kind Heart Africa) và các hoạt động của chùa, chúng tôi không chỉ dạy thiền định; chúng tôi còn điều hành các trường mẫu giáo để cung cấp nền tảng kiến thức và đạo đức.

Đào tạo Lãnh đạo Bản địa: Một trụ cột chính trong công việc của tôi là niềm tin rằng tương lai của Phật giáo Châu Phi nằm trong tay chính người Châu Phi. Tôi đã làm việc không mệt mỏi để tìm kiếm những tăng sĩ trẻ ở Tanzania và các nước láng giềng, sắp xếp cho họ đến tu học tại **Học viện Phật giáo Châu Phi ở Nam Phi** và thậm chí sang Đài Loan, Tích Lan, Miến Điện, Ấn Độ, Thái Lan, vv.... Tại đó, Tăng Ni sinh trẻ có thể nghiên cứu sâu về Chánh Pháp để có thể trở về như những nhà lãnh đạo truyền giáo bản địa—những Tăng Ni có thể giảng dạy Chánh Pháp bằng chính ngôn ngữ và văn hóa của mình.

Hòa hợp Tôn giáo: Trên một lục địa đa dạng tín ngưỡng, tôi tích cực tham gia với tư cách là Ủy viên của **Hội đồng Tôn giáo vì Hòa bình tại Tanzania (IRCPT)**. Chúng tôi chứng minh rằng Phật giáo là con đường của hòa bình, tôn trọng mọi tôn giáo, cùng làm việc với Kitô giáo và Hồi giáo để xây dựng một xã hội hài hòa.

Từ Bi Trong Hành Động: Chuyến Hành Hương và Từ Thiện ngày 10/12/2025 đến 15//1/2026 của phái đoàn Chùa Hương Sen "Trao Yêu Thương – Nhận Nụ Cười" trong khuôn khổ "từ bi đi đôi với hành động" này, tôi đã hân hoan chào đón Ni sư Tiến sĩ Giới Hương. Chuyến hành hương từ thiện 35 ngày của Ni sư qua **Uganda, Rwanda, Kenya, Tanzania, Zambia, Ethiopia, CHDC Congo, South Africa và Madagascar** là một sự phản chiếu hoàn hảo cho tầm nhìn này.

Vào ngày **29 tháng 12 năm 2025**, tại Chùa Tanzania và Trường Trái Tim Nhân Ái (The Kind Heart Africa School, Tanzania), Ni sư TN Giới Hương và phái đoàn đã cúng dường kinh sách và tịnh tài cho chư Tăng cũng như phát quà từ thiện gồm thực phẩm và dụng cụ học sinh hỗ trợ cho 70 trẻ em tại trường và 10 nhân viên phục vụ.

Sau phần trao quà yêu thương, Ni sư Giới Hương đã có một thời pháp thoại sâu sắc. Ni sư không nói những triết lý cao siêu, mà dùng ngôn ngữ của trái tim, giải thích cho các em và nhân viên hiểu cách **Chánh niệm** và **Lòng Từ bi** là những công cụ họ có thể sử dụng mỗi ngày để xây dựng cuộc sống tốt đẹp hơn. Ni sư đã chỉ cho họ thấy rằng lời dạy của Đức Phật là kim chỉ nam thực tế cho sự thành công trong tương lai của chính họ.

Lời Kêu Gọi Đến Tăng Đoàn Quốc Tế: Cuốn sách **Phật Giáo Châu Phi Thế Kỷ XXI** là một minh chứng sống động, được ghi chép bằng tất cả sự minh triết và lòng ưu ái. Tác phẩm cho thấy Châu Phi — chiếc nôi của nhân loại — đang tỏa rạng ánh sáng của những tiềm năng vô hạn. Những gì chúng tôi đang bền bỉ thực hiện, từ những khu ổ chuột tại Kenya, các bản làng ở CHDC Congo, cho đến những mái trường nơi Tanzania hay Uganda, chính là hành trình gieo trồng những cội Bồ Đề hứa hẹn một ngày kia sẽ vươn cao, che chở cho triệu triệu chúng sinh.

Tôi xin bày tỏ lòng tán thán sâu sắc đến Ni sư Tiến sĩ Thích Nữ Giới Hương bởi nguồn năng lượng dấn thân không mệt mỏi và tinh thần Bồ-tát quảng đại. Nguyện cầu cuốn sách này sẽ khơi nguồn cảm hứng để Phật tử khắp năm châu nhìn về Châu Phi không phải như một phương trời xa lạ, mà như một mảnh đất tâm linh màu mỡ — nơi mỗi sự hỗ trợ của quý vị đều có thể kết thành hoa trái giải thoát cho vô số chúng chúng sinh.

Nguyện cầu hồng ân Tam Bảo gia hộ cho quý vị luôn được vẹn tròn bốn đức hạnh: trường thọ, sắc đẹp, an vui và sức mạnh.

Chùa Phật giáo Tanzania, ngày 17/01/2026

Với Tâm Từ,

Hòa thượng Tiến sĩ Ilukpitiye Pannasekara

Tăng thống Phật giáo Châu Phi,
Người sáng lập Tổ chức Từ thiện Kind Heart Africa,
Tổ chức Cứu trợ Phật giáo Quốc tế tại Tanzania,
Trụ trì Chùa & Trung tâm Thiền định Tanzania,
Dar es Salaam, Tanzania.

LỜI ĐẦU

ÁNH SÁNG TỪ BI TRÊN LỤC ĐỊA ĐEN

Giữa lục địa đen nắng gió và nhọc nhằn cơm áo, ánh sáng đạo Phật đã hiện diện như một đóa sen ngát hương, âm thầm vươn lên từ bùn đất để ban rải sự an lạc và tỏa bóng mát tâm linh cho bao kiếp người.

Cơ duyên đưa tôi đến với vùng đất Châu Phi này bắt đầu từ cuộc gặp gỡ đầy đạo tình với Hòa thượng Tiến sĩ Illukpitiye Pannasekara Thero (*vị Tăng thống Phật giáo Châu Phi*) tại nước Nga vào mùa thu năm 2025. Lời mời chân thành của Ngài cùng Thượng tọa Buddharakkhita (*trụ trì Tu viện Uganda*) và Đại đức Pannabodhi (*trụ trì Chùa Niết-bàn, Cộng hòa Dân chủ Congo*) đã thôi thúc tôi (*Ni sư TN Giới Hương*) và Sư cô Đức Trí (*Chùa Hương Sen, California, USA*) thực hiện chuyến hành trình 35 ngày (từ 10/12/2025 đến 15/01/2026) xuyên qua chín quốc gia: Uganda, Rwanda, Kenya, Tanzania, Zambia, Ethiopia, CHDC Congo, Nam Phi và Madagascar. Đây không chỉ là một chuyến đi từ thiện, mà là một cuộc hành hương, dấn thân trải nghiệm đầy cảm xúc để chứng kiến sự hiện diện của Phật giáo nơi phương trời xa lạ.

Vẻ đẹp của Phật giáo nơi lục địa đen không hiện hữu qua những mái chùa cổ kính hay điện thờ uy nghiêm, mà kết tinh trong ánh mắt rạng rỡ niềm tin của những hành giả da màu dưới sắc y vàng giải thoát. Dù giữa lòng các tôn giáo bản địa lâu đời, đạo Phật tại Châu Phi vẫn tỏa ngát hương từ bi theo cách rất riêng—đó là sự giao thoa giữa triết lý tỉnh thức và tinh thần tu tập Giới-Định-Tuệ, nơi những giá trị đạo đức căn bản được gìn giữ như huyết mạch để kiến tạo một đời sống bình an và hướng thiện giữa vùng đất núi đồi còn hoang sơ.

Sự cống hiến tận tụy của chư Tăng bản địa và hải ngoại

Phật giáo đến với Châu Phi không bằng sự áp đặt, mà bằng đôi bàn tay rộng mở và trái tim sẻ chia. Chúng ta không khỏi xúc động khi chứng kiến chư tôn đức Tăng như Hòa thượng Hòa thượng Tiến sĩ Illukpitiye Pannasekara Thero (*vị Tăng thống đầy uy đức của các quốc gia Châu Phi*), Thượng tọa Buddharakkhita (*trụ trì Tu viện Uganda*), Đại đức Pannabodhi (*trụ trì Chùa Niết-bàn, Cộng hòa Dân chủ Congo*) hay những vị tăng sĩ, cư sĩ khác đến từ Đài Loan, Trung Quốc, Hàn Quốc, Thụy Sĩ, Tây Tạng.... lập chùa, trường học, cơ sở nuôi trẻ mồ côi tại Tanzania, Kenya, Zambia, Mozambia, South Africa... để đem ánh sáng an lạc và hạnh phúc của Phật giáo cho dân làng hay những người bất hạnh. Các Ngài đã hòa mình vào đời sống khổ cực của người dân, đã trở thành những "ngọn hải đăng" không chỉ về tinh thần mà còn về vật chất cho người dân. Về tinh thần, các Ngài không chỉ trao truyền giáo lý, cố vấn tâm linh, mà còn kiến tạo nên những "ốc đảo bình yên": xây trường học, đào giếng nước sạch, và tổ chức những chuyến cứu trợ nhu yếu phẩm thiết thực. Sự hiện diện của các vị chư Tăng chính là nhịp cầu nối liền giữa đạo và đời, nơi lòng từ bi được cụ thể hóa bằng những hành động vị tha không mệt mỏi. Các tự viện là nơi tổ chức các khóa tu tập, thiền hành và chia sẻ pháp thoại, giúp người dân tìm thấy sự yên ổn và chuyển hóa tâm linh.

Mái chùa – Điểm tựa của niềm tin và sự thay đổi

Đối với người dân bản địa, ngôi chùa không còn là một khái niệm xa lạ của phương Đông, mà đã trở thành mái nhà chung ấm áp. Khi đến chùa, họ tìm thấy sự bình an trong tâm hồn – điều mà những nhọc nhằn mưu sinh thường nhật dễ dàng tước mất. Họ học được cách đối diện với khổ đau bằng sự tỉnh thức, học cách yêu thương và tha thứ. Hơn cả một nơi thờ tự, chùa là nơi người dân được học chữ, học nghề và học cách sống hòa hợp với cộng đồng. Chùa là điểm tựa tâm hồn, là nơi nuôi dưỡng những tâm hồn thiện lành của người dân bản địa. Dù theo truyền thống Theravada hay Đại thừa, dù do chư Tăng địa phương lãnh đạo hay các tổ chức quốc tế bảo trợ, Phật giáo nơi đây đã và đang đóng góp những giá trị nhân văn cao cả, xoa dịu nỗi đau và mang lại niềm hy vọng cho những mảnh đời gian khó.

Hành trình 35 ngày đi qua bảy quốc gia không chỉ là chuyến từ thiện "Trao Yêu Thương – Nhận Nụ Cười", mà còn là sự chứng nghiệm về một sức sống Phật giáo mới lạ, đầy nghị lực và khát vọng hòa bình. Từ những buổi chia sẻ pháp thoại, tụng kinh, thiền hành, những bữa cúng dường trai phạn ấm cúng tại các chùa, tặng các nhu yếu phẩm cho người dân đến những viên kẹo chocolate ngọt ngào trao tay trẻ thơ tại các ngôi làng nghèo khổ; mỗi bước chân đều in dấu sự kết nối thiêng liêng giữa những trái tim cùng nhịp đập từ bi của người con Phật.

Là một Ni sư thuộc truyền thống Đại thừa (Phật giáo phát triển sau này), lần đầu tiên viết về Phật giáo Nguyên Thủy tại lục địa đen với tựa đề **"PHẬT GIÁO CHÂU PHI THẾ KỶ XXI"** (và bản tiếng Anh: African Buddhism in the Twenty-First Century), tác giả tự biết kiến thức và sự quan sát chắc chắn còn nhiều khuyết điểm, chưa thể lột tả hết vẻ đẹp và tâm tư của Phật giáo vùng đất này. Kính mong các bậc cao đức và thức giả hướng dẫn, chỉ dạy để lần tái bản sau được hoàn thiện hơn.

Đặc biệt, trong kỷ nguyên công nghệ này, chúng tôi xin gửi lời cảm ơn chân thành đến Trí tuệ Nhân tạo (AI) đã hỗ trợ đắc lực trong việc sắp xếp ý tưởng, tra cứu thông tin và ngôn từ cho thêm phần phong phú, giúp bản thảo này kịp ra mắt độc giả đúng như dự kiến.

Cuối cùng, xin thành thật tri ân chư Tôn thiền đức Tăng Ni và quý Phật tử tại Hoa Kỳ, Châu Phi, Việt Nam và nhiều nơi khác, hoặc trực tiếp hay gián tiếp đã hỗ trợ tịnh tài, ý tưởng, hình ảnh và tấm lòng để chuyến hành hương, từ thiện và cuốn sách **"PHẬT GIÁO CHÂU PHI THẾ KỶ XXI"** được hiện hữu. Tác phẩm như một nén tâm hương tán dương những tâm hồn cao cả đã và đang thắp sáng, cúng dường ngọn đăng tuệ giác tại Châu Phi.

Đây là một cuốn nhật ký hành hương giới thiệu về Phật giáo các nước Châu Phi, và đồng thời cũng là lời tri ân sâu sắc gửi đến các bậc cao tăng đã dũng cảm gieo mầm sen nở trên đất khô cằn. Mong rằng mỗi trang sách sẽ là một nhịp cầu, mời gọi quý độc giả một lần đặt chân đến thăm, để cùng nắm tay các tăng ni trẻ, các em nhỏ và cùng chung tay viết tiếp chương mới cho Phật giáo Châu Phi.

Mở trang sách, mở tấm lòng
Gieo mầm cảm hứng giữa dòng nhân gian
Yêu thương chẳng ngại gian nan
Châu Phi vẫy gọi, bước chân sẵn lòng.

Từ bi bát ngát như sông
Xóa nhòa khoảng cách, nối lòng muôn phương
Dấn thân trên những nẻo đường
Đem nguồn an lạc, tỏa hương đạo vàng.

Nguyện cho nắng ấm đồng hoang
Sen thiêng tỉnh thức, nở vàng khắp nơi
Bình an gieo xuống cuộc đời

Châu Phi thân thiết, rạng ngời tâm linh.

Đảo Madagascar, Đông phi, ngày 15/01/2026

Kính tường,

Thích Nữ Giới Hương

SỨ MỆNH KẾT NỐI

THƯ MỜI THĂM VIẾNG CÁC CHÙA PHẬT GIÁO CHÂU PHI

1. THƯ MỜI TỪ THIỀN VIỆN TANZANIA

Người gửi: Hòa thượng, Tiến sĩ Ilukpitiye Pannasekara Thero Trưởng Ban Trị sự Phật giáo Châu Phi Chùa Phật giáo & Trung tâm Thiền định Lô số 606, Phố Mindu, West Upanga Hòm thư 6665, Dar Es Salaam, Tanzania

Người nhận: Ni sư Tiến sĩ Thích Nữ Giới Hương và Sư cô Thích Nữ Đức Trí, Chùa Hương Sen 19865 Seaton Avenue, Perris, CA 92570, Hoa Kỳ

Ngày: 09 tháng 12 năm 2025

Chủ đề: Thư mời thăm Tanzania cho các buổi Lễ Pháp thoại và Chương trình Từ thiện mừng Năm Mới

Kính thưa Quý Ni sư,

Tôi tin rằng bức thư này sẽ đến tay các Ni sư trong lúc thân tâm an lạc và sức khỏe dồi dào. Thay mặt cho cộng đồng Phật tử tại Tanzania, tôi rất vinh dự được mời quý Ni sư đến thăm chùa của chúng tôi từ ngày **28 tháng 12 năm 2025 đến ngày 02 tháng 1**

năm 2026. Khi năm mới đang cận kề, chúng tôi mong muốn sự hiện diện của các Ni sư để chủ trì hai hoạt động tâm linh ý nghĩa cho cộng đồng chúng tôi:

Sự kiện Từ thiện (ngày 29 tháng 12 năm 2025): Chủ trì buổi lễ quyên góp, trao tặng đồng phục và thực phẩm khô cho 70 trẻ em và 10 nhân viên tại Trường Kind Heart Africa thuộc Dự án Trẻ em mồ côi của chúng tôi. Lòng từ bi của các Ni sư sẽ là nguồn động viên tuyệt vời cho các em nhỏ này.

Bài giảng Pháp mừng Năm Mới: Thuyết giảng một bài Pháp đặc biệt cho các cư sĩ Phật tử tại địa phương để chào đón Năm Mới với trí tuệ và phước lành.

Tài trợ và Tiếp đón: Xin các Ni sư hãy yên tâm rằng trong suốt thời gian lưu trú (từ ngày 28 tháng 12 đến ngày 2 tháng 1), chùa chúng tôi sẽ chịu trách nhiệm về chi phí ăn ở, các bữa ăn, phương tiện di chuyển tại địa phương và tất cả các chi phí phát sinh khác tại đây.

Chúng tôi rất mong đợi được chào đón các Ni sư đến với ngôi chùa Phật giáo lâu đời nhất ở Châu Phi và cùng nhau chia sẻ khoảng thời gian ý nghĩa này.

Trân trọng cảm ơn.

Trong ánh sáng của Giáo Pháp,

(Đã ký)

Hòa thượng, Tiến sĩ ILukpitiye Pannasekara Thero

Trưởng Ban Trị sự Phật giáo Châu Phi

Phó Chủ tịch Hội nghị Thượng đỉnh
Phật giáo Thế giới (WBS) Nhật Bản

Chủ tịch và Người bảo trợ
- Dự án Kind Heart Africa (KHA) Tanzania

Ủy viên - Tổ chức Liên tôn vì Hòa bình tại Châu Phi (IFAPA)

Thành viên Hội đồng Quản trị và Sáng lập - Hội đồng Liên tôn vì Hòa bình Tanzania (IRCPT)

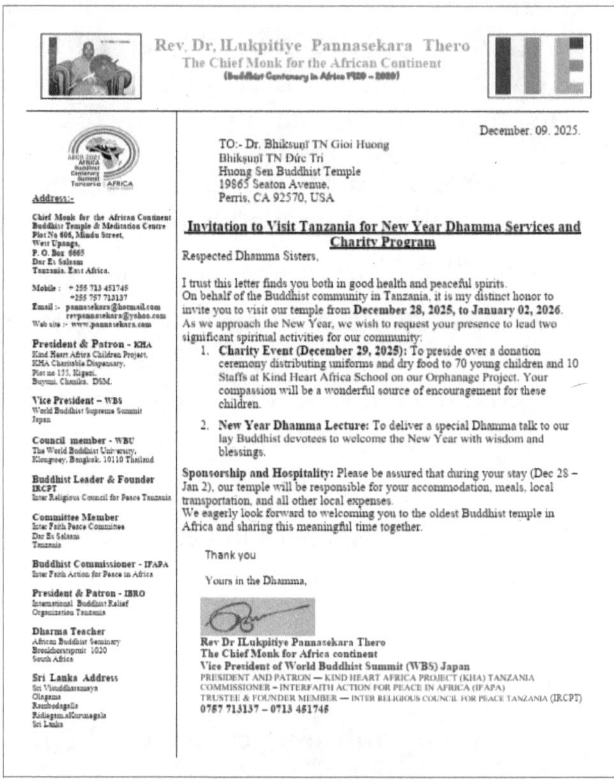

Rev, Dr, ILukpitiye Pannasekara Thero
The Chief Monk for the African Continent
(Buddhist Centenary in Africa 1920 – 2020)

Address:-

Chief Monk for the African Continent
Buddhist Temple & Meditation Centre
Plot No 606, Mindu Street,
West Upanga,
P. O. Box 6665
Dar Es Salaam
Tanzania, East Africa.

Mobile : +255 713 451745
+255 757 713137
Email :- pannasekara@hotmail.com
revpannasekara@yahoo.com
Web site :- www.pannasekara.com

President & Patron - KHA
Kind Heart Africa Children Project,
KHA Charitable Dispensary,
Plot no 155, Kigezi,
Buyuni, Chanika. DSM.

Vice President – WBS
World Buddhist Supreme Summit
Japan

Council member - WBU
The World Buddhist University,
Klongtoey, Bangkok, 10110 Thailand

Buddhist Leader & Founder
IRCPT
Inter Religious Council for Peace Tanzania

Committee Member
Inter Faith Peace Committee
Dar Es Salaam
Tanzania

Buddhist Commissioner - IFAPA
Inter Faith Action for Peace in Africa

President & Patron - IBRO
International Buddhist Relief
Organization Tanzania

Dharma Teacher
African Buddhist Seminary
Breakhorstpruit 1020
South Africa

Sri Lanka Address
Sri Visuddharamaya
Olagama
Rambodagalla
Ridigama,Kurunegala
Sri Lanka

December. 09. 2025.

TO:- Dr. Bhikṣuṇī TN Gioi Huong
Bhikṣuṇī TN Đức Tri
Huong Sen Buddhist Temple
19865 Seaton Avenue,
Perris, CA 92570, USA

Invitation to Visit Tanzania for New Year Dhamma Services and Charity Program

Respected Dhamma Sisters,

I trust this letter finds you both in good health and peaceful spirits.
On behalf of the Buddhist community in Tanzania, it is my distinct honor to invite you to visit our temple from **December 28, 2025, to January 02, 2026**.
As we approach the New Year, we wish to request your presence to lead two significant spiritual activities for our community:

1. **Charity Event (December 29, 2025):** To preside over a donation ceremony distributing uniforms and dry food to 70 young children and 10 Staffs at Kind Heart Africa School on our Orphanage Project. Your compassion will be a wonderful source of encouragement for these children.
2. **New Year Dhamma Lecture:** To deliver a special Dhamma talk to our lay Buddhist devotees to welcome the New Year with wisdom and blessings.

Sponsorship and Hospitality: Please be assured that during your stay (Dec 28 – Jan 2), our temple will be responsible for your accommodation, meals, local transportation, and all other local expenses.
We eagerly look forward to welcoming you to the oldest Buddhist temple in Africa and sharing this meaningful time together.

Thank you

Yours in the Dhamma,

Rev Dr ILukpitiye Pannasekara Thero
The Chief Monk for Africa continent
Vice President of World Buddhist Summit (WBS) Japan
PRESIDENT AND PATRON — KIND HEART AFRICA PROJECT (KHA) TANZANIA
COMMISSIONER – INTERFAITH ACTION FOR PEACE IN AFRICA (IFAPA)
TRUSTEE & FOUNDER MEMBER — INTER RELIGIOUS COUNCIL FOR PEACE TANZANIA (IRCPT)
0757 713137 – 0713 451745

2. THƯ MỜI TỪ TRUNG TÂM PHẬT GIÁO UGANDA

Uganda Buddhist Centre
Off-Entebbe Road, Garuga, Entebbe,
P.0. Box 898, Entebbe, Uganda

Tel: +256 (0) 392 – 000926, Mob: +256 (0) 775 – 019180
Email: ugandabuddhistcentre@gmail.com

Website: www.ugandabuddhistcenter.org

Số tham chiếu: UBC/08K/11/2025

Ngày 19 tháng 11 năm 2025

Kính gửi:

Ni sư Tiến sĩ Thích Nữ Giới Hương

Sư cô Thích Nữ Đức Trí

Chùa Hương Sen 19865 Seaton Avenue,

Perris, CA 92570, USA

Thay mặt Trung tâm Phật giáo Uganda (UBC), tôi trân trọng gửi lời mời đến các Ni sư tham gia cùng chúng tôi từ ngày 10 đến ngày 17 tháng 12 để tham dự Đại lễ Kỷ niệm 20 năm thành lập và Lễ truyền giới Sa-di.

Cột mốc quan trọng này đánh dấu hai thập kỷ tăng trưởng và phát triển tâm linh, phục vụ cộng đồng, phát triển kinh tế xã hội, thúc đẩy hòa bình và lan tỏa Phật pháp tại Uganda, Châu Phi.

Sự hiện diện của các Ni sư sẽ làm phong phú thêm cho sự kiện trọng đại này. Hơn nữa, cộng đồng Phật giáo tại đây sẽ được hưởng lợi từ kinh nghiệm sống của các Ni sư với tư cách là những hành giả và tín đồ Phật giáo truyền thống — những người hiện thân cho các giá trị Phật giáo về Trung tâm Phật giáo Uganda và cộng đồng Phật giáo trân trọng.

Ngoài ra, tôi xin trân trọng kêu gọi sự hỗ trợ của các Ni sư dưới hình thức tặng sách Phật giáo và bất kỳ vật dụng hữu ích nào khác cho cộng đồng tăng đoàn tại đây.

Trung tâm Phật giáo Uganda sẽ cung cấp chỗ ở cơ bản cho các Ni sư trong suốt thời gian lưu trú.

Tôi rất mong được chào đón các Ni sư tại Uganda.

Trong ánh đạo vàng (In the Dhamma),

(Đã ký)

Bhante Buddharakkhita
Vị Sáng lập viên
& Chủ tịch Trung tâm Phật giáo Uganda

Uganda Buddhist Centre

Off-Entebbe Road, Garuga, Entebbe,
P.0. Box 898, Entebbe, Uganda
Tel: +256 (0) 392 – 000926, Mob: +256 (0) 775 – 019180
Email: ugandabuddhistcentre@gmail.com
Website: www.ugandabuddhistcenter.org

Our Ref. UBC/08K/11/2025

19th November, 2025

Dr. Bhikṣuṇī TN Gioi Huong
Bhikṣuṇī TN Duc Tri

Huong Sen Buddhist Temple
19865 Seaton Avenue,
Perris, CA 92570, USA

Letter of invitation

On behalf of the Uganda Buddhist Centre (UBC), I extend a formal invitation to you to join us from 10th to 17th December for our 20th Anniversary celebrations and novice monk ordination. This milestone marks two decades of spiritual growth and development, community service, socioeconomic development, peace promotion, and Buddhism in Uganda, Africa.

Your presence would greatly enrich this august occasion. Furthermore, the Buddhist community will benefit from your life experience as traditional Buddhists and followers, who embody Buddhist values of unity, generosity, friendship, and community development, which are cherished by both UBC and the Buddhist community

Moreover, I kindly request your support in the form of Buddhist books and any other useful items to the monastic community.

The UBC will provide you with basic accommodation during your stay.

I am looking forward to welcoming you in Uganda.

In the Dhamma,

B. Buddharakkhita

Bhante Buddharakkhita

Founder & President
Uganda Buddhist Centre

3. THƯ MỜI TỪ CHÙA NIẾT BÀN, CONGO

Cộng Hòa Dân Chủ Congo Giáo Hội Phật Giáo

(Sangha Du Bouddhisme) Chùa Niết Bàn (Nirvana Temple)

Email: grupbudhistrdc@gmail.com | pannabodhi@gmail.com

Điện thoại: +243 997 106 098 | +243 840 542 771

Ngày: 20 tháng 11 năm 2025

Kính gửi:

Ni sư Thích Nữ Giới Hương và Sư cô Thích Nữ Đức Trí

Chùa Hương Sen 19865 Seaton Avenue, Perris, CA 92570, Hoa Kỳ

Thư mời thăm Trung Tâm Thiền Tại Cộng Hòa Dân Chủ Congo

Với lòng biết ơn sâu sắc và niềm hoan hỷ chân thành, tôi cùng các thành viên của Trung tâm Thiền – Chùa Niết Bàn viết thư này để kính mời các Ni sư đến thăm chúng tôi từ ngày 08 đến ngày 15 tháng 01 năm 2026. Chuyến thăm của các Ni sư không chỉ thắt chặt mối quan hệ trong hàng ngũ Tăng đoàn mà còn giúp các Ni sư chia sẻ những trải nghiệm trực tiếp với các đệ tử của chúng tôi, những người đang khao khát có được kiến thức đúng đắn về Chánh pháp.

Do đó, tôi xin trân trọng kêu gọi sự hỗ trợ quý báu từ các Ni sư thông qua việc tặng các sách Phật pháp và các nhu yếu phẩm cần thiết khác, vốn sẽ rất hữu ích cho cả tu viện và các cư sĩ tại gia.

Hiện tại, chúng tôi đang tìm kiếm những giảng sư Phật pháp có năng lực; vì vậy, thật vinh dự cho chúng tôi nếu được lắng nghe những lời pháp nhũ từ các Ni sư và được hướng dẫn trong một buổi thiền tập.

Toàn bộ chi phí lưu trú và chỗ ở của các Ni sư tại Congo sẽ do tổ chức của chúng tôi đài thọ.

Rất mong sớm được chào đón các Ni sư.

Kính thư trong Chánh pháp,

(Đã ký)

Thượng tọa Pannabodhi

SBC - Giáo hội Phật giáo Chùa Niết Bàn, Congo

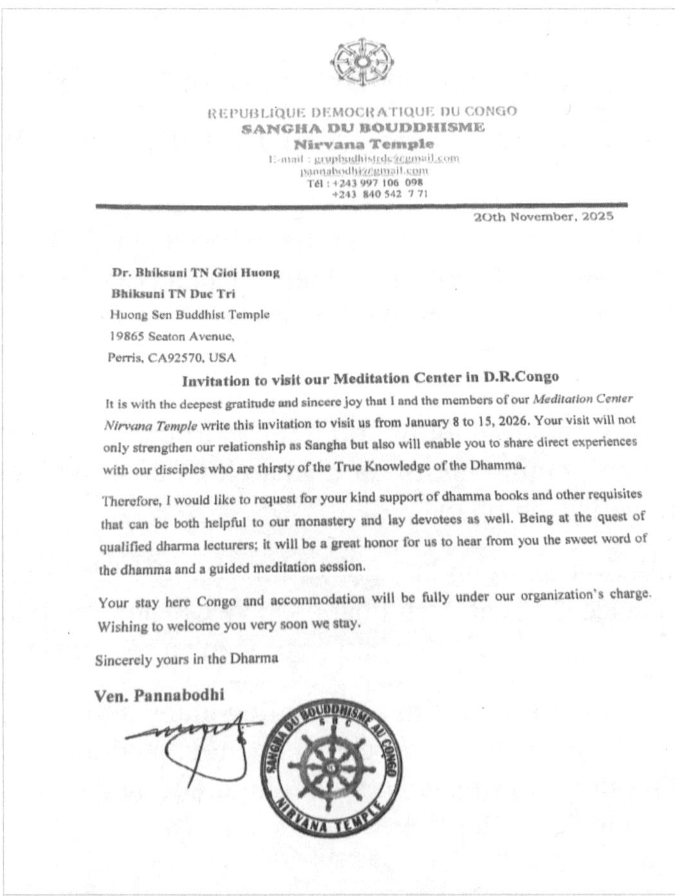

REPUBLIQUE DEMOCRATIQUE DU CONGO
SANGHA DU BOUDDHISME
Nirvana Temple
E-mail : grupbudhistrdc@gmail.com
pannabodhi@gmail.com
Tél : +243 997 106 098
+243 840 542 7 71

20th November, 2025

Dr. Bhiksuni TN Gioi Huong
Bhiksuni TN Duc Tri
Huong Sen Buddhist Temple
19865 Seaton Avenue,
Perris, CA92570, USA

Invitation to visit our Meditation Center in D.R.Congo

It is with the deepest gratitude and sincere joy that I and the members of our *Meditation Center Nirvana Temple* write this invitation to visit us from January 8 to 15, 2026. Your visit will not only strengthen our relationship as Sangha but also will enable you to share direct experiences with our disciples who are thirsty of the True Knowledge of the Dhamma.

Therefore, I would like to request for your kind support of dhamma books and other requisites that can be both helpful to our monastery and lay devotees as well. Being at the quest of qualified dharma lecturers; it will be a great honor for us to hear from you the sweet word of the dhamma and a guided meditation session.

Your stay here Congo and accommodation will be fully under our organization's charge. Wishing to welcome you very soon we stay.

Sincerely yours in the Dharma

Ven. Pannabodhi

SANGHA DU BOUDDHISME AU CONGO
SBC
NIRVANA TEMPLE

CHƯƠNG 1

ĐẤT NƯỚC, VĂN HÓA VÀ TÔN GIÁO CHÂU PHI

1. Các quốc gia và Dân tộc Châu Phi

1.1. Số lượng các quốc gia

1.2. Sự phân hóa về địa lý

1.3. Khu vực tiểu vùng Sahara (Châu Phi cận Sahara)

1.4. Ngôn ngữ

2. Văn hóa độc đáo

2.1. Văn hóa bộ lạc

2.2. Âm nhạc và Vũ điệu

2.3. Nghệ thuật

2.4. Truyền thống truyền khẩu

3. Tôn giáo và Tín ngưỡng: Hồi giáo, Thiên Chúa giáo, Phật giáo, Tín ngưỡng bản địa

4. Thách thức và Sự trỗi dậy

4.1. Kinh tế số

4.2. Đô thị hóa

* * *

1. ĐẤT NƯỚC VÀ CON NGƯỜI

Châu Phi là lục địa lớn thứ hai thế giới, chia thành 5 khu vực chính: Bắc Phi, Tây Phi, Đông Phi, Trung Phi và Nam Phi.

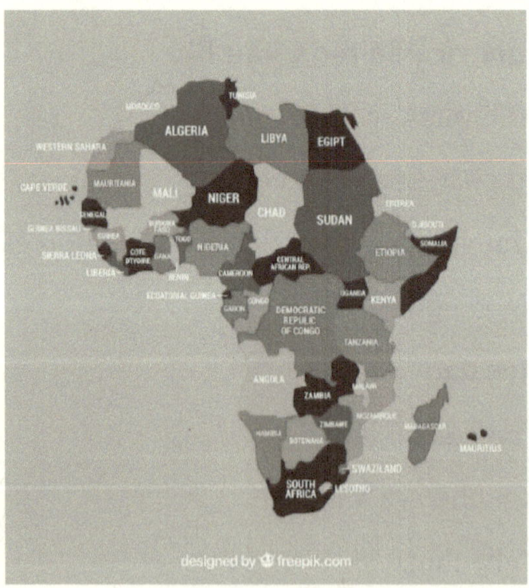

Photo: Bản đồ Châu phi. (freepik)[1]

1. Bản đồ Châu Phi https://www.freepik.com/free-vector/map-africa-continent-with-different-colors_2091956.htm#fromView=keyword&page=1&position=0&uuid=221521b9-3b5b-435e-a95c-60e295b18a81&query=African+map

Số lượng quốc gia: Có **54 quốc gia** được công nhận chính thức.

Sự phân hóa địa lý: Bắc Phi: Chịu ảnh hưởng mạnh mẽ của văn hóa Ả Rập và Địa Trung Hải (Ai Cập, Maroc, Algeria...).

Cận Sahara: Là nơi lưu giữ những nét đặc trưng thuần túy của các bộ lạc da đen với hệ sinh thái đa dạng từ sa mạc Sahara đến rừng rậm Congo.

Ngôn ngữ: Ước tính có hơn 2.000 ngôn ngữ bản địa. Ngoài ra, tiếng Anh, tiếng Pháp, tiếng Bồ Đào Nha và tiếng Ả Rập được sử dụng phổ biến do lịch sử thuộc địa và giao thương.

2. VĂN HÓA ĐẶC SẮC

Văn hóa Châu Phi là sự kết hợp giữa truyền thống lâu đời và sự giao thoa hiện đại.

2.1. Văn hóa bộ lạc: Đây là "linh hồn" của châu lục. Mỗi bộ lạc (như Maasai ở Kenya, Zulu ở Nam Phi, Himba ở Namibia) có trang phục, hình xăm và phong tục cưới hỏi riêng biệt.

2.2. Âm nhạc và Vũ điệu: Tiếng trống là nhịp đập của Châu Phi. Âm nhạc không chỉ để giải trí mà còn là phương thức giao tiếp với thần linh và tổ tiên. Các dòng nhạc hiện đại như *Afrobeats* đang gây ảnh hưởng toàn cầu.

Các học sinh Trung học Uganda Buddhist Center biểu diễn điệu Bakisimba truyền thống của người Buganda, ngày 13/12/2025.

2.3. Nghệ thuật: Nổi tiếng với **mặt nạ gỗ** và tượng điêu khắc. Nghệ thuật Châu Phi chú trọng vào ý nghĩa tâm linh và biểu tượng hơn là sự mô phỏng thực tế chính xác.

2.4. Truyền thống truyền miệng: Lịch sử và bài học đạo đức thường được truyền lại qua các câu chuyện kể (Griot), ca dao và tục ngữ thay vì văn bản.

3. TÔN GIÁO VÀ TÍN NGƯỠNG

Châu Phi là nơi có đời sống tâm linh vô cùng phong phú, thường được gọi là "sự chung sống hòa bình" giữa các hệ tư tưởng.

Tôn giáo	**Đặc điểm chính**	**Khu vực phổ biến**
Hồi giáo	Du nhập từ thế kỷ thứ 7, có ảnh hưởng sâu rộng đến luật pháp và lối sống.	Bắc Phi, Tây Phi và dải ven biển Đông Phi.

Tôn giáo	Đặc điểm chính	Khu vực phổ biến
Công giáo	Phát triển mạnh trong thời kỳ thuộc địa, hiện có tốc độ tăng trưởng nhanh nhất thế giới.	Trung Phi, Nam Phi và Đông Phi.
Phật giáo	· Xuất hiện từ thế kỷ XIX; Chùa Tanzania (1915) là ngôi chùa cổ nhất với cây Bồ Đề đại thụ từ cây bồ đề cổ nhất thế giới. · Tăng ni bản địa và quốc tế đang mở rộng mạng lưới chùa chiền, trường học, từ thiện ở nhiều nước Châu phi.	Phổ biến ở Trung phi, Đông phi và Nam phi
Tín ngưỡng bản địa	Thờ cúng tổ tiên, tin vào thuyết vạn vật hữu linh (Animism) và các vị thần thiên nhiên.	Phổ biến ở các vùng nông thôn khắp châu lục.

Điểm đặc biệt: Nhiều người Châu Phi thực hiện "đa đức tin" – họ có thể đi nhà thờ, nhà chùa hoặc thánh đường nhưng vẫn giữ các nghi lễ truyền thống của bộ lạc để cầu may mắn hoặc chữa bệnh.

4. NHỮNG THÁCH THỨC VÀ SỰ TRỖI DẬY

Dù còn đối mặt với nghèo đói và xung đột sắc tộc, Châu Phi đang vươn mình mạnh mẽ:

4.1. Kinh tế số: Các quốc gia như Nigeria, Kenya, Nam Phi đang dẫn đầu về công nghệ thanh toán di động.

4.2. Đô thị hóa: Những thành phố như Lagos hay Cairo là những siêu đô thị sôi động bậc nhất thế giới.

Châu Phi không phải là một khối đồng nhất; đó là một **tấm thảm ghép** từ hàng nghìn mảnh vỡ văn hóa khác nhau, mỗi mảnh đều rực rỡ và có câu chuyện riêng.

Lá cờ của Liên minh Châu Phi (African Union - AU), biểu tượng sự thống nhất của 54 quốc gia và vùng lãnh thổ trên lục địa đen. (AI Tecnique)[2]

2. Lá cờ liên minh 54 quốc gia Châu Phi.
File: Flag of the African Union.svg, Wikimedia Commons, https://commons.wikimedia.org/w/index.php?title=File:Flag_of_the_African_Union.svg&oldid=1124403620 (accessed January 26, 2026).

CHƯƠNG 2

PHẬT GIÁO TANZANIA - TIẾNG CHUÔNG THIỀN BÊN BỜ ẤN ĐỘ DƯƠNG

1. Lịch sử Tanzania: từ Tiền sử đến Hiện đại

1.1. Thời kỳ Tiền sử

1.2. Sự giao thoa văn hóa (Thế kỷ X – XIX)

1.3. Thời kỳ Thuộc địa (1880 - 1961): Đức và Anh.

1.4. Độc lập và Thống nhất Tanzania

2. Tổng quan Đất nước, văn hóa và Tôn giáo nước Tanzania

2.1. Đất nước "Nóc nhà của Châu Phi"

2.2. Văn hóa: Sự hòa quyện của 120 bộ lạc

2.3. Tôn giáo: Sự đa dạng và hòa hợp

7. Tầm quan trọng của các ngôi chùa Á Đông tại Tanzani

7.1.Hỗ trợ cộng đồng

7.2.Từ thiện và Giáo dục

7.3.Giao lưu văn hóa.

* * *

Tanzania không chỉ đón chúng tôi bằng vẻ đẹp hùng vĩ của đỉnh Kilimanjaro, mà còn bằng sự ấm áp của một nền Phật giáo đang từng bước khẳng định vị thế của mình trong lòng xã hội Đông Phi. Đây chính là nơi khởi đầu cho nhân duyên lớn lao của Chuyến đi hành hương và từ thiện 35 ngày Châu Phi của phái đoàn Chùa Hương Sen và đặc biệt cuốn sách "**Phật giáo Châu Phi thế kỷ XXI**" này được ra đời.

1. LỊCH SỬ TANZANIA: TỪ TIỀN SỬ ĐẾN HIỆN ĐẠI

Lịch sử đất nước này có thể chia thành các giai đoạn chính:

1.1. Thời kỳ Tiền sử: Tanzania được coi là một trong những nơi định cư sớm nhất của loài người. Hẻm núi Olduvai là nơi các nhà khảo cổ tìm thấy những hóa thạch người có niên đại hàng triệu năm.

1.2. Sự giao thoa văn hóa (Thế kỷ X - XIX): Từ thế kỷ X, các thương gia từ Ấn Độ, Ba Tư và Ả Rập đã đến vùng ven biển để trao đổi hàng hóa. Điều này hình thành nên nền văn hóa Swahili độc đáo. Sau đó, người Bồ Đào Nha xuất hiện vào năm 1498 nhưng sau đó bị người Ả Rập (vương quốc Oman) đánh đuổi.

1.3. Thời kỳ Thuộc địa (1880 - 1961): Đức: Cuối thế kỷ XIX, Đức chiếm đóng và lập nên Đông Phi thuộc Đức (bao gồm Tanganyika).

Anh: Sau Thế chiến I, Anh tiếp quản Tanganyika. Đảo Zanzibar cũng nằm dưới quyền bảo hộ của Anh.

1.4. Độc lập và Thống nhất: Tanganyika giành độc lập vào năm 1961 dưới sự lãnh đạo của **Julius Nyerere**.

Zanzibar giành độc lập vào năm 1963.

Ngày 26/4/1964: Hai thực thể này hợp nhất thành **Cộng hòa Thống nhất Tanzania** (tên gọi "Tan-zania" được ghép từ **Tan**ganyika và **Zan**zibar).

Lịch sử của Tanzania là một hành trình dài từ "cái nôi của nhân loại" cho đến một quốc gia thống nhất và hòa bình bậc nhất Đông Phi. Bên cạnh đó, sự hiện diện của ngôi chùa Phật giáo lâu đời nhất châu Phi tại đây cũng là một điểm nhấn văn hóa đặc sắc.

2. TỔNG QUAN ĐẤT NƯỚC, VĂN HÓA VÀ TÔN GIÁO NƯỚC TANZANIA

2.1. Đất nước "Nóc nhà của Châu Phi"

Tanzania (Cộng hòa Thống nhất Tanzania) nằm ở Đông Phi, được hình thành từ sự hợp nhất của hai vùng lãnh thổ: Tanganyika (đất liền) và quần đảo Zanzibar (biển đảo) vào năm 1964.

Photo: Lá cờ Tanzania.[3]

3. National Flag of Tanzania. Source: Google / Wikimedia Commons. Wikimedia Commons contributors, "File:Flag of Tanzania.svg," Wikimedia Commons, https://commons.wikimedia.org/w/index.php?title=File:Flag_of_Tanzania.svg&oldid=1128238389 (accessed January 26, 2026).

Địa lý ấn tượng: Sở hữu núi **Kilimanjaro**, hồ **Victoria** (hồ nước ngọt lớn nhất châu Phi) và hẻm núi Olduvai – nơi tìm thấy những dấu vết sớm nhất của loài người.

Thiên nhiên: Hơn 30% diện tích đất nước là các khu bảo tồn. Công viên quốc gia **Serengeti** là nơi diễn ra cuộc di cư vĩ đại của hàng triệu con thú mỗi năm.

Ngôn ngữ: Tanzania là một trong những quốc gia đa dạng nhất về ngôn ngữ với hơn 100 thứ tiếng. Tuy nhiên, **tiếng Swahili** (Kiswahili) là ngôn ngữ quốc gia, giúp gắn kết các bộ lạc lại với nhau.

2.2. Văn hóa: Sự hòa quyện của 120 bộ lạc

Văn hóa Tanzania không bị áp đảo bởi bất kỳ nhóm đơn lẻ nào, tạo nên một xã hội cởi mở và hiếu khách.

Con người (Wananchi): Người dân tự gọi mình là "Wananchi" (người dân của đất nước) với tinh thần đoàn kết cao. Họ rất coi trọng việc chào hỏi (thường hỏi thăm về gia đình, sức khỏe trước khi vào việc chính).

Bộ lạc tiêu biểu:

Maasai: Nổi tiếng với trang phục đỏ rực rỡ, trang sức hạt cườm và lối sống du mục chăn gia súc.

Sukuma: Nhóm dân tộc lớn nhất, nổi tiếng với các điệu múa rắn truyền thống và nghề nông.

Chagga: Sinh sống quanh chân núi Kilimanjaro, giỏi canh tác cà phê và giao thương.

Ẩm thực: Món ăn quốc hồn là **Ugali** (bột ngô nấu dẻo) ăn kèm với rau hoặc thịt nướng (**Nyama Choma**). Vùng ven biển và đảo Zanzibar lại nổi tiếng với các món dùng nhiều gia vị như đinh hương, quế, hồi và nước cốt dừa.

2.3. Tôn giáo: Sự đa dạng và hòa hợp

Tanzania là một ví dụ điển hình về sự chung sống hòa bình giữa các tôn giáo lớn. Chính phủ không thu thập dữ liệu tôn giáo trong điều tra dân số để tránh chia rẽ sắc tộc, nhưng các ước tính cho thấy:

Tôn giáo	**Tỷ lệ ước tính**	**Đặc điểm**
Kitô giáo	~61% - 63%	Bao gồm Công giáo, Tin lành, Lutheran... Phổ biến ở vùng nội địa và phía Nam.
Hồi giáo	~34% - 35%	Chiếm đa số tại vùng ven biển và đặc biệt là 99% tại **đảo** Zanzibar.
Phật giáo	~1% - 2%	Phật giáo Nguyên thủy chiếm đa số tại vùng Dar e Salaam
Tín ngưỡng bản địa	~1% - 2%	Thờ cúng tổ tiên, tin vào các linh hồn thiên nhiên (Animism).

Sự giao thoa: Nhiều người Tanzania kết hợp niềm tin tôn giáo hiện đại với các nghi lễ truyền thống. Chẳng hạn, họ vẫn tìm đến các thầy y bản địa hoặc dùng thảo mộc để cầu an bên cạnh việc đi lễ nhà thờ hay thánh đường.

Lễ hội: Các ngày lễ như Giáng sinh, Phục sinh và các ngày lễ Hồi giáo như Eid al-Fitr đều được công nhận là ngày lễ quốc gia và được mọi người tôn trọng như nhau.

3. PHẬT GIÁO TANZANIA

3.1. Hành trình lịch sử: Từ những bước chân di cư đầu tiên

Vào những năm đầu thế kỷ 20 (khoảng 1915-1920), trong làn sóng di cư dưới thời thuộc địa Anh, một nhóm nhỏ những người thợ thủ công và lao động từ Sri Lanka (khi đó là Ceylon) đã đến

Tanzania. Giữa một vùng đất xa lạ với những khác biệt về ngôn ngữ và tôn giáo, họ khao khát có một nơi để nương tựa tinh thần.

"Vào thế kỷ 19 tại Châu Phi, đặc biệt là ở Tanzania, khoảng 400-500 người Sri Lanka đã đến làm việc tại Dar es Salaam vào khoảng năm 1915 và sau đó thiết lập một ngôi chùa Phật giáo tại đây. Đây chính là ngôi chùa Phật giáo lâu đời nhất ở Châu Phi."

(In the 19th century, in Africa, especially Tanzania, about 400-500 Sri Lankan people established a Buddhist temple in Africa after they cme to work in Dar Es Sallaam around 1915. This is the oldest Buddhist temple in Africa."[4]

Ngôi chùa cổ năm 1917: Một công trình lịch sử vẫn còn đứng vững cho đến ngày nay tại khuôn viên Chùa Phật giáo Tanzania, chụp ngày 31/12/2025.

3.2. Sự ra đời của hội Phật giáo: Họ đã thành lập **Hội Phật giáo đầu tiên tại châu Phi (The Buddhist Association).** Ngôi chùa ban đầu chỉ là một cấu trúc rất khiêm tốn và là cổ nhất Châu Phi; Tanzania Buddhist Temple và Meditation Center được xây dựng trên một mảnh đất do chính quyền thuộc địa cấp cho cộng đồng người Sri Lanka để thực hành tín ngưỡng như sau:

"Trước đây, hiệp hội có tên gọi là 'Hiệp hội Phật giáo Sinhalese'.

4. Hòa thượng Ilukpitiye Pannasekara Thero, Phật giáo Châu Phi (Buddhism in Africa), Hội Sasana Abhiwurdhi Wardhana Society: Malaysia, 2015, trang 4.

Tuy nhiên, cái tên này không bao quát được các Phật tử người Thái Lan, Miến Điện, Trung Quốc, Châu Phi và các nhóm Phật tử khác, do đó tên gọi đã được đổi thành 'Hiệp hội Phật giáo' (Buddhist Association). Sự thay đổi này nhằm mục đích để tất cả các Phật tử và những người khác đều có thể đến và cùng nhau tu tập. Sự kiện này diễn ra vào ngày 9 tháng 7 năm 1968. Kể từ đó, hiệp hội đã mở cửa rộng rãi cho công chúng. Ngay cả cố Tổng thống Mwalimu Julius K. Nyerere cũng từng dâng cúng dường vật phẩm (Dana) cho các nhà sư tại ngôi chùa này."

(In the past, the association was called the "Sinhalese Buddhist Association," however, it did not include the Thai, Burmese, Chinese, African and other Buddhist, hence it was changed and named as"Buddhist Association." So that all Buddhists and others could come and practised together. This happed o July 9th 1968. Since then, it is opened to the public. Even fprmer President Mwalimu Julius K Nyerere also offered Dana (food) for monks in the temple.)[5]

3.3. Chùa Phật giáo và Trung tâm Thiền Tanzania (Buddhist Temple và Meditation Center)

Nằm tại quận Upanga, thành phố Dar es Salaam, ngôi chùa là một ốc đảo bình yên tách biệt khỏi sự ồn ào của phố thị.

Tanzania Buddhist Temple và Meditation Center

Trụ trì: Hòa thượng Tiến sĩ Bhante Pannasekara

Plot No 606, Mindu Street, West Upanga, thành phố Dar es Salaam

Mobile: + 255 713 451745, +255 757 713137

Email: pannasekara@hotmail.com, revpannasekara@yahoo.com

5. Ven. Ilukpitiye Pannasekara Thero, Buddhism in Africa, Sasana Abhiwurdhi Wardhana Society: Malaysia, 2015, p. 5.

http://www.pannasekara.com

Từ phải: Ni sư TN Giới Hương, Hòa thượng Pannasekara, Sư cô Đức Trí trước cổng Tanzania Buddhist Temple, ngày 29/12/2025.

Chùa và Trung tâm Thiền định Phật giáo Tanzania tại Dar es Salaam là một dấu ấn kiến trúc độc bản, bởi đây là ngôi chùa Phật giáo đầu tiên được xây dựng trên lục địa Châu Phi. Cấu trúc của ngôi chùa là sự kết hợp hài hòa giữa kỹ nghệ thủ công truyền thống của Sri Lanka (Sinhalese) và các không gian công năng được thiết kế phù hợp với khí hậu đặc trưng của Đông Phi.

Dưới đây là phân tích chi tiết về cấu trúc và các yếu tố chính của ngôi chùa:

3.3.i. Chánh điện (Vihara Ge)

Đây là trái tim của ngôi chùa, nơi diễn ra các nghi lễ quan trọng nhất.

Tượng Phật: Bên trong chánh điện tôn trí một pho tượng Đức Phật Thích Ca Mâu Ni lớn trong tư thế **Samadhi** (Thiền định).

Tượng thường được khoác y vàng hoặc cam rực rỡ.

Tượng Đức Phật Thích Ca cùng hai vị đệ tử do một nghệ nhân người Ấn Độ tạc và do cộng đồng Phật tử xây vào năm 1956.

Bích họa: Các bức tường bên trong được trang trí bằng những bức họa rực rỡ kể về cuộc đời Đức Phật và các tích truyện Bản sinh (Jataka).

Các bức bích họa về Cuộc đời của Đức Phật do Katro, nghệ nhân người Tanzania vẽ năm 2018.

Màu sắc: Toàn bộ mặt ngoài của tòa nhà được sơn **màu trắng**, tượng trưng cho sự thanh khiết trong Phật giáo Nam tông, đồng thời giúp phản xạ ánh nắng nhiệt đới, giữ cho bên trong luôn mát mẻ.

3.3.ii. Bảo tháp (Stupa/Dagoba)

Bảo tháp là cấu trúc dễ nhận diện nhất từ xa với hình dáng một chiếc chuông trắng khổng lồ.

Thiết kế: Được mô phỏng theo các bảo tháp cổ đại tại **Anuradhapura** (Sri Lanka).

Biểu tượng: Trong kiến trúc Phật giáo, bảo tháp đại diện cho tâm thức giác ngộ của Đức Phật. Phần đỉnh nhọn biểu trưng cho các tầng bậc của sự giải thoát.

Ý nghĩa: Đây là nơi tôn nghiêm nhất, thường lưu giữ các bản kinh hoặc biểu tượng thiêng liêng, tạo nên điểm tựa tâm linh cho Phật tử bản địa.

Bảo tháp trắng truyền thống xây năm 1956 do cộng đồng Phật tử cúng dường.

3.3.iii. Đài cây Bồ Đề (Bodhi Maluwa)

Cây bồ đề 105 tuổi tỏa bóng tại khuôn viên Chùa Tanzania, Hòa thượng Pannasekara và Ni sư TN Giới Hương, ngày 29/12/2025.

Cây Bồ Đề tại chùa không chỉ là một cái cây, mà là một thực thể kiến trúc tâm linh:

Cấu trúc: Cây được trồng trên một đài cao (gọi là Maluwa) xây bằng gạch hoặc đá.

Hàng rào vàng (Ran Weta): Bao quanh cây thường là một hàng rào trang trí màu vàng óng để bảo vệ và tôn vinh nguồn gốc thiêng liêng của cây (chiết từ cây Bồ Đề hơn 2.300 tuổi ở Sri Lanka).

Không gian hành lễ: Đây là nơi người dân thường thực hiện nghi thức *Bodhi Puja* (tưới nước và dâng đèn quanh gốc cây).

Biểu tượng sống - Cây Bồ Đề: Năm 1920, một nhánh chiết từ **cây Bồ Đề Jaya Sri Maha** 2,312 tuổi, (cây Bồ Đề được cho là có nguồn gốc trực tiếp từ cây nơi Đức Phật thành đạo tại Bồ-đề-đạo-tràng, Bihar, Ấn Độ) đã được mang từ cố đô Anuradhapura, Sri Lanka, sang và trồng tại Chùa Phật giáo Tanzania. Việc cây Bồ Đề này sống sót và phát triển xanh tốt suốt hơn nhiều năm qua trong khí hậu nóng bức của Dar es Salaam được coi là một "phép màu" và là biểu tượng cho sự bén rễ bền bỉ của Phật giáo trên đất Phi.

Hai mươi tám pho tượng Phật và Hàng rào vàng (Ran Weta): Cây (Bồ Đề) được bao quanh bởi 28 pho tượng Phật mạ vàng và một hàng rào trang trí nhằm bảo vệ cây, đồng thời tôn vinh vị thế linh thiêng của tượng Phật mạ vàng này.

Năm 2010, Hòa thượng Pannasekara đã tự tay xây 28 tháp với 28 tượng Phật mạ vàng xung quanh Cây Bồ Đề thiêng, chụp ngày 29/12/2025.

3.3.iv. Trung tâm Thiền và Thư viện

Khác với các ngôi chùa cổ chỉ thuần túy thờ phụng, cấu trúc của chùa Tanzania được thiết kế để phục vụ cộng đồng hiện đại:

Thiền đường: Một không gian rộng rãi, thoáng đãng với trần cao và nhiều cửa sổ lớn để đón gió biển, giúp điều hòa không khí tự nhiên trong cái nóng ẩm của Dar es Salaam. Đây là nơi hàng trăm người thuộc nhiều quốc tịch khác nhau tụ họp mỗi cuối tuần.

Từ trái: Ni sư TN Giới Hương, Hòa thượng Pannasekara, Sư cô Đức Trí trước phòng thiền Tanzania, ngày 29/12/2025.

Thư viện: Một khu vực yên tĩnh (tầng 1 của tòa nhà 2 tầng) lưu giữ các tạng kinh điển và sách triết học bằng nhiều ngôn ngữ (Anh, Swahili, Sinhala).

3.3.iv. Khu sinh hoạt và Tiện ích (Arama)

Tăng xá: Khu vực sinh hoạt giản dị dành cho các vị sư cư trú.

Phòng khám và Trường học: Nằm trong khuôn viên hoặc các khu vực lân cận do chùa quản lý, các cấu trúc này được thiết kế theo dạng nhà cấp 4 thực dụng, ưu tiên không gian mở để phục vụ công tác nhân đạo và giáo dục trẻ em nghèo.

Khu tăng xá do ông Thangavelu Nallavan xây cúng dường và được Ngài John A.E. Amaratunga, Nghị sĩ kiêm Bộ trưởng Phát triển Du lịch Sri Lanka cắt băng khánh thành, ngày 06/08/2016.

3.4. Vai trò của ngôi chùa Tanzania trong xã hội

Không chỉ là nơi thờ tự, chùa còn nổi tiếng với các hoạt động cộng đồng như:

3.4.i. Trung tâm thiền định và Giáo dục: Không chỉ dành riêng cho người gốc Á, trung tâm này đã mở cửa rộng rãi cho người dân bản địa và cộng đồng quốc tế đang sinh sống tại đây như Nhật bản, Thái Lan, Miến Điện, Trung Quốc, Tích Lan, Ấn Độ và những người phương Tây...Mỗi cuối tuần, trung tâm tổ chức các khóa thiền (Meditation) thu hút rất đông người muốn tìm kiếm sự an lạc, giảm bớt căng thẳng (stress) trong cuộc sống hiện đại.

3.4.ii. Lớp học "Dhamma": Các lớp học về giáo lý nhà Phật được tổ chức bằng tiếng Anh và đôi khi được thông dịch sang tiếng Swahili để người dân bản địa dễ tiếp cận.

3.4.iii. Trường Kind Heart Africa, mầm non Little Angles là trường dạy trẻ mồ côi tại Chanika, Buyun: Đây là một trong những điểm sáng nhất. Chùa vận hành một trường mầm non và tiểu học cho trẻ em nghèo trong khu vực, không phân biệt tôn giáo. Trẻ em tại đây được dạy về lòng trắc ẩn, sự tử tế và nghề nghiệp và các kỹ năng sống cơ bản.

3.4.iv. Y tế: Ngài đã vận hành Phòng thuốc Từ thiện Trái tim Nhân ái Châu Phi "Kind Heart Africa Charity Dispensary" tại khu vực Chanika để hỗ trợ chăm sóc sức khỏe cho người dân nghèo địa phương.

Phòng khám Từ thiện Trái tim Nhân ái Châu Phi (Kind Heart Africa Charity Dispensary), Tanzania, ngày 29/12/2025.

3.4.v. Thay đổi cuộc sống thông qua giáo dục tại Trường Tiểu học Halmashauri ya Jiji: Hòa thượng Pannasekara hiến đất để xây trường học vào năm 2010 và kêu gọi Quỹ Reach Out Now (Anh Quốc) xây bốn phòng học mới cũng như trao tặng 120 bộ bàn ghế cho học sinh tiểu học tại Dar es Salaam vào năm 2024. Xin đặc biệt cảm ơn tổ chức Reach Out Now (Anh Quốc) vì nguồn tài trợ quan trọng đã giúp biến hai tòa nhà trường học mới này trở thành hiện thực.

Hỗ trợ giáo dục địa phương và phát triển cộng đồng của Hòa thượng Pannasekara, ngày 29/12/2025.

4. HÒA THƯỢNG TIẾN SĨ ILLUKPITIYA PANNASEKARA THERO – VỊ LÃNH ĐẠO TỐI CAO PHẬT GIÁO CHÂU PHI

Hòa thượng Tiến sĩ Illukpitiye Pannasekara Thero, ngày 29/12/2025.

Hòa thượng sinh năm 1963, tại quốc đảo Sri Lanka có truyền thống Phật giáo Nguyên Thủy (Theravada) lâu đời và rạng rỡ. Ngay từ thời niên thiếu, Ngài đã sớm bộc lộ túc duyên với cửa Phật và phát nguyện xuất gia.

Từ năm 1998, ngài định cư ở Tanzania để phục vụ Phật giáo và cộng đồng Tanzania. Ngài không chỉ là một bậc chân tu đức độ mà còn là vị học giả uyên bác, người đã dành trọn cuộc đời mình để thắp sáng ngọn đăng Dhamma tại lục địa đen. Ngài chính là nhịp cầu nối liền tư tưởng Phật giáo nguyên thủy với tâm hồn thuần hậu của người dân châu Phi.

4.1. Thân thế và sự nghiệp học vấn

Với trí tuệ mẫn tiệp, Ngài đã hoàn thành chương trình học thuật xuất sắc và đạt được học vị **Tiến sĩ**. Nền tảng học vấn sâu rộng không chỉ dừng lại ở kinh điển Pali mà còn mở rộng ra các lĩnh vực triết học và xã hội học, giúp Ngài có cái nhìn đa chiều khi dấn thân vào con đường hoằng pháp quốc tế.

4.2. Chức vụ trong đạo và ngoài đời

Trong khi nhiều vị tăng sĩ chọn những quốc gia có nền Phật giáo phát triển để tu học, Hòa thượng Pannasekara lại chọn con đường gian khổ hơn: **Châu Phi**.

4.2.i. Tăng thống Phật giáo tại các quốc gia Châu Phi (Chief Monk of the African Continent)**:** Ngài được tôn vinh là vị giáo phẩm lãnh đạo tối cao (Chief Monk/Chief Sanghanayaka) của Phật giáo tại các quốc gia như Tanzania, Kenya, Uganda, Malawi và Zambia... Đây là minh chứng cho tầm ảnh hưởng và uy tín tuyệt đối của Ngài đối với cộng đồng Phật tử và chính quyền sở tại.

4.2.ii. Trụ trì Chùa Phật giáo và Trung tâm thiền Tanzania (Abbot of Tanzania Buddhist Temple and Meditation Center, Dar es Salaam, Tanzania): Ngài đảm nhiệm cương vị Trụ trì tại chùa Phật giáo ở Dar es Salaam, Tanzania – ngôi chùa đầu tiên và là trung tâm Thiền tâm linh quan trọng nhất vùng Đông Phi.

"Trước đầu thập niên 1960, không có vị tu sĩ Phật giáo nào ở Tanzania hay Zanzibar. Vào năm 1962, Hòa thượng Palane Narada là vị tăng sĩ Phật giáo đầu tiên đến Zanzibar trong một chuyến thăm ngắn ngày. Trên thực tế, ngài là vị tu sĩ Phật giáo đầu tiên đặt chân đến Châu Phi. Từ Zanzibar, ngài cũng đã đến thăm ngôi chùa của Hiệp hội Phật giáo này. Sau cuộc Cách mạng Zanzibar năm 1964, tất cả Phật tử ở Zanzibar đã chuyển sang vùng đất liền (Tanzania). Kể từ khi thành lập ngôi chùa này, đã không có tu sĩ nào trú xứ cho đến tận năm 1983."

(The was no Buddhist monk in Tanzania or in Zanzibar until early 1960s. In 1962, Venerable Palane Narada was the first Buddhist monk to go to Zanzibar for a short visit. In fct, he was the first Buddhist monk to come Africa. From Zanzibar, he then visited this Buddhist Association temple as well. After the Zanzibar Revolution in 1964, all Buddhist in Zanzibar moved to mainland (Tanzania). Since the establishment of this temple then was no resident monk until 1983.)[6]

Trong khoảng thời gian 15 năm từ 1983 đến 1998, đã có tổng cộng 11 vị trụ trì[7] luân phiên phục vụ tại Chùa Phật giáo Tanzania. Kể từ năm 1998, Hòa thượng Tiến sĩ Pannasekara đã đảm nhiệm vị trí trụ trì thứ 12. Ngài đã giữ cương vị trong hơn 28 năm (từ năm 1998 đến năm 2025) và vẫn đang tiếp tục công tác Phật sự cho đến ngày nay.

4.2.iii. Chủ tịch & Người bảo trợ (President and Patron)– Dự án Trái tim Nhân hậu Châu Phi (KHA) Tanzania (– Kind Heart Africa Project (KHA) Tanzania).

6. Hòa thượng Ilukpitiye Pannasekara Thero, Phật Giáo Châu Phi (Buddhism in Africa), Sasana Abhiwurdhi Wardhana Society: Malaysia, 2015, trang 10.
7. Pháp hiệu của 11 vị trụ trì trước: Xin mời đọc: Ven. Ilukpitiye Pannasekara Thero, Buddhism in Africa, Sasana Abhiwurdhi Wardhana Society: Malaysia, 2015, trang 7-9.

Phó Chủ tịch (Vice president) Hội nghị Thượng đỉnh Phật giáo Thế giới, Nhật Bản (World Buddhist Summit - WBS) in Japan.

Ủy viên (Commissioner) – Hành động Liên tôn vì Hòa bình tại Châu Phi (Interfaith Action for Peace in Africa (IFAPA).

Thành viên Hội đồng **Quản trị** & Thành **viên** Sáng **lập (Trustee & Founder Member)** – Hội đồng Liên tôn vì Hòa bình Tanzania (Inter Religious Council for Peace Tanzania (IRCPT).

4.3. Sứ mệnh truyền giáo tại Châu Phi

Đối với Hòa thượng, đạo Phật không dừng lại ở những triết lý trên trang giấy mà hiện hữu qua tinh thần **dấn thân và phụng sự**. Ngài đã xây dựng một mạng lưới kết nối Tăng đoàn và các tổ chức quốc tế mạnh mẽ để thay đổi cuộc đời của hàng ngàn người dân tại lục địa đen:

4.3.i. Lãnh đạo Tăng đoàn và Kết nối Quốc tế:

Với cương vị **Chief Monk of the African Continent** (Tăng thống Phật giáo khu vực Châu Phi), Ngài đóng vai trò là "gạch nối" quan trọng trong việc thống nhất và phát triển cộng đồng Phật giáo trên toàn châu lục.

Sáng lập và điều hành **Tổ chức Cứu trợ Phật giáo Quốc tế tại Tanzania (IBRO)**, biến lòng từ bi thành những hành động cứu trợ thực tế và chuyên nghiệp.

Từ năm 1998 đến nay, Hòa thượng đã đi khắp các châu lục để giảng Phật pháp, tham dự lễ, hội nghị và thúc đẩy hòa bình thế giới. Ngài đã duy trì sự hiện diện mạnh mẽ tại các quốc gia châu Phi như Kenya, Nam Phi và Tanzania, nơi thường xuyên chủ trì các buổi lễ Vesak, cầu an và cầu siêu. Bên cạnh các hoạt động tôn giáo, ngài còn tham dự nhiều hội nghị thượng đỉnh Phật giáo quốc tế quan trọng tại Nhật Bản, Thái Lan, Việt Nam và các nước phương Tây. Với hành trình qua hơn 30 quốc gia, ngài đã kết nối các cộng đồng thông qua thiền định, đối thoại liên tôn giáo và các hoạt động phụng sự nhân sinh cao cả.[8]

4.3.ii. Sứ giả của Hòa bình và Đối thoại Liên tôn giáo:

Đảm nhiệm vai trò **Đại sứ Hòa bình** của Liên đoàn Hòa bình Thế giới (IIFWP), khẳng định uy tín của Phật giáo trong việc xây dựng hòa bình toàn cầu.

Ủy viên Hội đồng Thế giới về Tôn giáo, tham gia sâu rộng vào **Hội đồng Liên tôn giáo vì Hòa bình tại Tanzania (IRCPT)** và WCRP, thúc đẩy sự đoàn kết và hóa giải xung đột giữa các sắc tộc và niềm tin.

4.3.iii.Sứ mệnh Từ thiện và An sinh Xã hội:

Thông qua **Hội Từ thiện Kind Heart Africa**, Ngài triển khai các chương trình cung cấp thực phẩm, nước sạch và chăm sóc y tế cho những cộng đồng nghèo khó nhất.

> Tại hầu hết các quốc gia Châu Phi, người dân đang phải sống và tồn tại trong những điều kiện vô cùng khắc nghiệt hàng năm; không có thức ăn, không có chỗ ngủ và không có thu nhập. Họ không có lấy một ý niệm mơ hồ nào về việc bữa ăn ngày mai sẽ từ đâu tới. Nếu có thức ăn, họ sẽ ăn; nếu không, họ sẽ đành phải chịu nhịn. Họ sống trong nỗi u sầu thường trực vì thiếu thốn lương thực và nước uống. Tâm trí họ không có chỗ cho sự phát triển tinh thần mà chỉ xoay quanh ý nghĩ làm sao để sống sót qua ngày. Tâm trí họ luôn luôn tập trung vào những nhu cầu vật chất thiết yếu cho cuộc sống thường nhật.

8. Buddhism 100 Years in Africa, A Personal Reflection, Ven. Ilukpitiye Pannasekara Thero, 04-06 December 2021, Das es Salaam, Tanzania-Africa, 2021, trang 27-31.

Ở Châu Phi, rất nhiều người phải trải qua cảnh nghèo đói và chỉ có thể nghĩ đến việc sinh tồn thông qua các nhu cầu vật chất, chứ không phải là sự phát triển tâm linh hay sự tập trung tinh thần. Họ cần nơi ở, thức ăn, quần áo, tiền bạc, thuốc men, v.v. Nếu bất kỳ ai cung cấp những thứ này, họ sẽ tự động đi theo tôn giáo của người cung cấp đó. Do vậy, các nhu cầu về vật chất đã lấn át các nhu cầu về tôn giáo.[9]

Từ phải: Ni sư TN Giới Hương, Hòa thượng Pannasekara, Sư cô Đức Trí tại Trường Nhân Ái Châu, ngày 29/12/2025.

4.3.iv. Kiến tạo tương lai qua Giáo dục:

Giáo dục phổ thông: Xây dựng trường mầm non, trường học Kind Heart Africa, hỗ trợ kiến thức, đồng phục và sách vở để dùng tri thức xóa nghèo.

Hoằng pháp, Đào tạo và sáng tác: Trực tiếp giảng dạy triết

9.. Hòa thượng Ilukpitiye Pannasekara Thero, Phật giáo Châu Phi (Buddhism in Africa), Sasana Abhiwurdhi Wardhana Society: Malaysia, 2015, trang 17.

học Phật giáo, duy trì thư viện miễn phí, các lớp thiền hàng tuần tại Chùa Dar Es Salaam và xuất bản 3 cuốn:

_ "Buddhism in Africa" (Phật giáo Châu Phi, 51 trang) bằng tiếng Anh, Sasana Abhiwurdhi Wardhana Society: Malaysia, 2015.

- "Dam Sisilen Vali Kathara Nahau Ilkpitiye Himi Sanda" bằng tiếng Sinhala.

- "Buddhism 100 Years in Africa: A Personal Reflection" (100 năm Phật giáo tại Châu Phi: Qua cuộc đời của Hòa thượng Tiến Sĩ I. Pannasekara Thero), Buddhist Temple and Meditation Centre, Tanzania, 2021. (33 trang).

Cống hiến cho Văn học Phật giáo Châu Phi.

Những ấn phẩm này đóng vai trò quan trọng trong việc ghi lại lịch sử Châu Phi và lan tỏa triết lý Phật giáo đến cộng đồng quốc tế

Phát triển thế hệ kế thừa: Tổ chức đưa thanh thiếu niên Tanzania sang Nam Phi tu học, đặt nền móng cho đội ngũ nhân sự Phật giáo bản địa trong tương lai.

Một khoảnh khắc tĩnh lặng để chiêm nghiệm và thực hành chánh niệm khi khép lại ngày mới, ngày 19/12/2025 tại Trường Kind Heart Africa.

4.4. Tấm gương đạo hạnh

Trong mắt bạn bè quốc tế và những vị tu sĩ cùng thời, Hòa thượng Pannasekara là hiện thân của sự khiêm cung, giản dị và lòng từ ái không biên giới. Ngài có khả năng thuyết pháp bằng một ngôn ngữ giản đơn nhưng thấm đẫm triết lý, giúp những người chưa từng biết đến Phật giáo cũng có thể cảm nhận được sự bình an.

Dưới sự dẫn dắt của Ngài, tiếng chuông thiền đã ngân vang bên bờ Ấn Độ Dương, hóa giải những nỗi đau và mang lại niềm hy vọng cho những mảnh đời khốn khó tại Tanzania và khắp vùng Đông Phi như Hòa thượng Pannasekara đã từng nói: "Việc gieo mầm những việc thiện ở Châu Phi không phải là một nhiệm vụ dễ dàng, nhưng tôi đang nỗ lực hết mình để một ngày nào đó chúng ta có thể nói về một nền 'Phật giáo Châu Phi' với sự tham gia thực sự của chính người dân nơi đây."

Photo: Trong bộ đồng phục màu lam của Phật giáo Việt Nam, các trẻ em mồ côi tìm thấy sự an lạc nội tâm thông qua việc thực hành thiền hành, dưới sự hướng dẫn của Ni sư TN Giới Hương và Sư cô Đức Trí, ngày 29/12/2025.

5. CÁC NGÔI CHÙA VÀ TRUNG TÂM TÂM LINH KHÁC TẠI TANZANIA

Bên cạnh ngôi chùa Phật giáo và Trung tâm Thiền Tanzania, sự hiện diện của các tổ chức Phật giáo từ Trung Quốc và Hàn Quốc tại Tanzania đã góp phần làm phong phú thêm bức tranh tâm linh tại quốc gia Đông Phi này. Đây không chỉ là nơi thờ tự mà còn là những trung tâm giáo dục và thiện nguyện quan trọng.

Dưới đây là thông tin chi tiết về các ngôi chùa và tổ chức này:

5.1. Tu viện Long Quan Đàm Hoa (Longquan Tanhua Monastery) - Phật giáo Trung Quốc

Tu viện được thành lập vào khoảng năm 2018 tại Dar es Salaam. Đây là kết quả của sự hợp tác giữa các nhà lãnh đạo doanh nghiệp và các hiệp hội người Hoa tại đại lục, cùng với sự hỗ trợ về mặt tâm linh từ các vị tăng sĩ của Tu viện Long Quan Đàn Hoa, Bắc Kinh. Tu viện là một dấu ấn lịch sử, đánh dấu sự hình thành của phái đoàn Phật giáo Trung Hoa đầu tiên tại Tanzania nói riêng và khu vực Đông Phi nói chung.

Tu viện Long Quan Đàn Hoa

Longquan Tanhua Monastery (Chinese Temple)
Mwai Kibaki Rd, Dar es Salaam, Tanzania
Phone: +255 753 181 036

Từ trái: Sư cô Đức Trí, hai sư Trung Quốc,
Hòa thượng Pannasekara, Ni sư TN Giới Hương,
dưới bảng hiệu Chùa, ngày 31/12/2025.

5.1.i. Cộng đồng & Tu tập

Mục tiêu: Tu viện không chỉ nhằm mục đích phục vụ cộng đồng người Hoa xa xứ tại Tanzania mà còn hướng tới việc truyền bá Phật giáo đến người dân địa phương.

Mỗi Chủ Nhật, tu viện chào đón một cộng đồng đa dạng khoảng 100 người—bao gồm cả người dân địa phương Tanzania và khách quốc tế—đến tham gia các buổi thiền định có hướng dẫn và thưởng thức bữa trưa chay thân mật. Để hỗ trợ quá trình tu tập tâm linh, nhà chùa cung cấp miễn phí nhiều loại kinh sách Phật giáo và các vật phẩm nghi lễ.

5.1.ii. Phát triển & Giáo dục

Sứ mệnh của tu viện đang mở rộng phạm vi trên khắp cả nước. Một trung tâm rộng 15 mẫu (hectares) mới hiện đang được thành lập tại làng Chamaze, thành phố Mbagala. Nơi đây sẽ bao gồm một ngôi trường với 650 học sinh dành riêng cho cộng đồng địa phương, kết hợp giữa giáo dục truyền thống và các giá trị Phật giáo.

5.1.iii. Lan tỏa Văn hóa

Tu viện đóng vai trò như một nhịp cầu văn hóa, tổ chức các lễ hội lớn như lễ Phật đản (Vesak) và các nghi lễ truyền thống khác. Những sự kiện này tạo ra một không gian rộng mở cho người dân địa phương khám phá truyền thống Phật giáo Đại thừa cùng những giáo lý về lòng từ bi và sự tỉnh thức (chánh niệm).

5.1.iv. Đặc điểm độc đáo

Chùa Tanhua được mô tả là một không gian "siêu đa dạng", một "nồi lẩu thập cẩm" về ngôn ngữ (tiếng Trung, tiếng Swahili, tiếng Anh) và các tầng lớp xã hội khác nhau dưới sự dẫn dắt của năm vị tăng sĩ người Trung Quốc. Nhà chùa đóng vai trò là cầu nối văn hóa, kết nối cộng đồng người Hoa mới định cư với cư dân địa phương thông qua các hoạt động từ thiện.

Photo: Ni sư TN Giới Hương và Sư cô Đức Trí cúng dường kinh sách lên hai vị sư Trung Quốc, ngày 31/12/2025.

5.2. Chùa và trường Cao Đẳng Borigaram (Borisa Temple) - Phật giáo Hàn Quốc

Hàn Quốc cũng đã để lại dấu ấn mạnh mẽ thông qua các dự án kết hợp giữa tôn giáo, giáo dục và nông nghiệp. Trường Cao đẳng Công nghệ Nông nghiệp Borigaram và Chùa Borisa nằm ngay trong khuôn viên của trường tại Tanzania có diện tích rộng 18 héc-ta.

Chùa Borisa
Trường Cao Đẳng Borigaram Agriculture Technical College
Plot no. 1, Block V, Chekeni Mwasonga,
Kisarawe II, Dar es Salaam, Tanzania.

Từ trái: Winniefrida, Hòa thượng Pannasekara, Ni sư TN Giới Hương, Sư Hàn Quốc, Sư cô Đức Trí và chú Protas trước cổng trường Borigaram Agriculture Technical College, ngày 31/12/2025.

5.2.i. The term Borigaram is a combination of two Korean words that root back to Buddhist terminology. It is most famously known as the name of the **Borigaram Agriculture Technical College** in Tanzania, established by the Jogye Order of Korean Buddhism.

Here is the breakdown of what the name means:

a. Etymology

- **Bori (보리):** This is the Korean transliteration of the Sanskrit word *Bodhi*, which means **"Enlightenment"** or the **"Wisdom of Buddha."**
- **Garam (가람):** This is a native Korean word (derived from the Sanskrit *Sangharama*) that means **"Temple"** or **"Monastery."** Specifically, it refers to a place where a community of practitioners lives and studies.

b. Ý nghĩa kết hợp

Khi ghép lại, Borigaram có thể được hiểu là "Ngôi

đền của giác ngộ" hoặc "Nơi nuôi dưỡng trí tuệ."

Theo nghĩa rộng hơn, nó đại diện cho một "Bồ-đề đạo tràng" — một không gian thiêng liêng hoặc một cộng đồng nơi con người có thể tìm cầu chân tri và phát triển những kỹ năng cần thiết để cải thiện thế giới.

Trung tâm Trẻ em Borisu do Tông phái Tào Khê của Phật giáo Hàn Quốc (Jogye Order of Korean Buddhism) thành lập.

c. Ý nghĩa tại Tanzania

Tên gọi này được chọn cho trường cao đẳng nông nghiệp nhằm biểu trưng cho sứ mệnh của nhà trường:

- Trao truyền trí tuệ: Trang bị cho thanh niên "trí tuệ" về các kỹ thuật nông nghiệp hiện đại.
- Nơi ươm mầm phát triển: Trở thành một "ngôi đền" hay trung tâm cộng đồng, nuôi dưỡng sự tự lập và góp phần phá vỡ vòng luẩn quẩn của đói nghèo.

5.2. ii.Lịch sử: Ngôi chùa này thuộc **Thiền phái Tào Khê (Jogye Order)** – tông phái Phật giáo lớn nhất Hàn Quốc do Hòa thượng Ja Seung thành lập (Founder) và Hòa thượng làm Chủ tịch (Chairman). Chùa được hoàn thành và tổ chức lễ khánh thành (eye-opening ceremony) vào cuối tháng 11 năm 2010 (theo các dự án của tổ chức NGO Phật giáo Dreaminus).

Hòa thượng Sáng lập Ja Seung (Founder)
và Hòa thượng Chủ tịch Jin Woo (Chairman)
tại văn phòng trường, chụp ngày 31/12/2025.

5.2.iii.Kiến trúc: Chùa mang đậm phong cách truyền thống Hàn Quốc với các họa tiết hoa sen trang trí cửa và các bức bích họa rực rỡ trên trần nhà. Bên trong chánh điện thờ tượng Đức Phật Tỳ Lô Giá Na (Vairocana) và Đức Phật Thích Ca Mâu Ni.

Chánh điện Borigaram, ngày 31/12/2025.

5.2.iv. Tầm ảnh hưởng: Chùa gắn liền với các hoạt động của trường đại học nông nghiệp và **Trung tâm Trẻ em Borisu**, giúp giới thiệu văn hóa và tinh thần Phật giáo Hàn Quốc thông qua các dự án cải thiện đời sống và giáo dục cho thanh thiếu niên

Tanzania.

5.3. Trung tâm Văn hóa Thiếu Lâm (Shaolin Cultural Centre)

Mặc dù không phải là một ngôi chùa truyền thống thuần túy để thờ phụng, nhưng đây là một chi nhánh của chùa Thiếu Lâm (Trung Quốc).

5.3.i.Hoạt động: Nơi đây tập trung vào việc giảng dạy võ thuật (Kungfu), thiền định và các giá trị văn hóa Phật giáo Trung Hoa.

5.3.ii.Ý nghĩa: Đây là một trong những nỗ lực "quyền lực mềm" của Phật giáo Trung Quốc tại Châu Phi, thu hút rất đông thanh thiếu niên Tanzania tham gia học tập.

5.4. Các nhóm tu tập tại gia và cộng đồng quốc tế

Do số lượng Phật tử tại Tanzania không quá lớn, nhiều hoạt động tâm linh diễn ra dưới hình thức nhóm nhỏ:

5.4.i. Nhóm nghiên cứu Phật học (Buddhist Studies Group): Có các nhóm trí thức và sinh viên (đặc biệt là những người học tiếng Trung tại Viện Khổng Tử) thường xuyên tụ tập tại các địa điểm như Chamazi để nghiên cứu giáo lý.

5.4.ii. Các trung tâm Yoga và Thiền (Secular Meditation Centres): Tại Dar es Salaam, có nhiều trung tâm như Art of Living hoặc các câu lạc bộ thiền định không thuộc tôn giáo cụ thể nào nhưng thực hành các phương pháp thiền từ bi (Metta) rất gần gũi với Phật giáo.

6.SỐ LƯỢNG TĂNG LỮ VÀ CHÙA PHẬT GIÁO TẠI CHÂU PHI (2025)

6.1. Sự hiện diện của Tăng đoàn và Cơ sở hạ tầng: Theo Hòa thượng Tiến sĩ Illukpitiye Pannasekara Thero, tính đến năm 2025, có khoảng 30 vị tăng sĩ đang tu tập và làm đạo trên khắp lục địa, bao gồm cả các tăng sĩ người Châu Phi và quốc tế. Đến nay, khoảng 50 ngôi chùa đã được hoàn thiện toàn bộ. Mặc dù có nhiều cơ sở và trung tâm khác đang trong quá trình thành lập, việc xác định con số chính xác vẫn còn gặp nhiều khó khăn.

> "Hiện nay, chúng ta đã có các tăng ni là người bản địa tại một số quốc gia Châu Phi. Mặc dù số lượng không lớn, nhưng họ đang thực hiện các trọng trách và Phật sự của Tăng đoàn để mang lại lợi ích cho cộng đồng nơi họ sinh sống. Trong số đó có Ngài Buddhsrakkhita, một tu sĩ người Uganda đang giảng dạy thiền định Phật giáo tại Hiệp hội Bhavana ở Hoa Kỳ; một tu sĩ người Congo tên là Đại đức Hui Ran đang làm việc tại trung tâm Phật giáo ở Congo, và một tu sĩ người Tanzania khác đang nỗ lực thành lập một trung tâm tại Dar Es Salaam. Ba tu sĩ người Châu Phi khác đang hỗ trợ các trung tâm của tổ chức Phật Quang Sơn tại Malawi và Nam Phi"[10]

Thêm vào đó, hiện nay còn có Bhante Pannabodhi, một người gốc Cộng hòa Dân chủ Congo, đang giữ chức trụ trì của Chùa Nirvana (Niết Bàn) tại Cộng hòa Dân chủ Congo.

6.2. Thách thức trong việc Kết nối và Truyền thông: Dù giữ vai trò là Hòa thượng Chánh đại diện (Chief Monk), Hòa thượng Pannasekara lưu ý rằng việc kết nối các cộng đồng Phật giáo khác nhau trên khắp lục địa Châu Phi vẫn đối mặt với những thách thức đáng kể. Trở ngại chính là thiếu hụt ngân sách và ngôn ngữ bản địa, điều này khiến việc điều phối giữa các vùng miền trở nên gần như không thể thực hiện được.

Rào cản ngôn ngữ: Việc thiếu thông thạo ngôn ngữ bản địa khiến các giảng sư gặp rất nhiều khó khăn trong việc thuyết giảng cho người dân Châu Phi. Nếu không thể truyền tải bằng

10. Hòa thượng Ilukpitiye Pannasekara Thero, Phật giáo Châu Phi (Buddhism in Africa), Sasana Abhiwurdhi Wardhana Society: Malaysia, 2015, trang 2.

tiếng địa phương, các giáo lý Phật giáo sẽ trở nên khó tiếp cận.

Hạn chế về tài chính: Sự thiếu hụt trầm trọng về ngân sách gây trở ngại cho việc đi lại, dịch thuật tài liệu và xây dựng cơ sở hạ tầng.

Khó khăn về hậu cần: Những yếu tố trên khiến việc phối hợp giữa các vùng miền và duy trì một sự hiện diện Phật giáo thống nhất trên toàn lục địa gần như là điều không thể.

Nói về, sự hình thành và phát triển của Phật giáo tại Châu Phi, hòa thượng Pannasekara cho biết rằng:

> "Tại Châu Phi, Phật giáo xuất hiện lần đầu tiên vào thế kỷ 19. Tôn giáo này được truyền bá đến đây thông qua cộng đồng Phật tử Sri Lanka và các nhóm Phật giáo khác như Ấn Độ, Miến Điện (Myanmar), Thái Lan và Trung Quốc. Họ đã thành lập các ngôi chùa tại nhiều quốc gia Châu Phi như Tanzania, Kenya, Malawi, Nam Phi và Botswana.
>
> Nhiều người dân bản địa đã xuất gia trở thành các vị tu sĩ. Hiện nay, họ đang giảng dạy Phật pháp bằng chính ngôn ngữ mẹ đẻ của mình. Nếu chúng ta thực sự muốn thiết lập nền tảng Phật giáo tại bất kỳ quốc gia nào, người dân địa phương phải gia nhập vào Tăng đoàn (trở thành tăng sĩ hoặc ni sư). Chừng nào giáo lý của Đức Phật chưa được thuyết giảng bằng ngôn ngữ bản địa và người dân địa phương chưa chính thức đắp y tu hành, thì khi đó Phật giáo vẫn chưa được coi là đã bám rễ thực sự tại quốc gia đó."[11]

11. Hòa thượng Ilukpitiye Pannasekara Thero, Phật giáo Châu Phi (Buddhism in Africa), Sasana Abhiwurdhi Wardhana Society: Malaysia, 2015, trang 1.

6.3. Tác động đối với các Đại lễ và Sinh hoạt tôn giáo: Do những hạn chế về tài chính:

- Hiện tại không có một cơ quan tập hợp chính thức cho các sự kiện cộng đồng lớn, chẳng hạn như một Đại lễ Phật Đản (Vesak) thống nhất cho toàn lục địa.
- Cộng đồng không thể tổ chức các cuộc họp hoặc hội nghị quy mô lớn mang tính tổ chức.
- Việc liên lạc phần lớn chỉ giới hạn qua các cuộc điện thoại cá nhân để mời tham dự các lễ hội riêng hoặc các nghi lễ tại địa phương. "Hiện có gần 50 trung tâm Phật giáo đã được thiết lập tại Châu Phi. Tôi đã cố gắng thu thập thông tin chi tiết về tất cả các trung tâm này, nhưng không thể kết nối được với tất cả mọi nơi. Tôi đã trực tiếp đến thăm 10 địa điểm khác nhau, đồng thời thu thập thêm thông tin từ các trang web và thông qua trao đổi thư từ."[12]

7.TẦM QUAN TRỌNG CỦA CÁC NGÔI CHÙA Á ĐÔNG TẠI TANZANIA

Sự xuất hiện của các ngôi chùa quốc nội và quốc ngoại này phản ánh xu hướng "Phật giáo xuyên quốc gia":

7.1.Hỗ trợ cộng đồng: Cung cấp nơi sinh hoạt tâm linh cho người lao động, chuyên gia và doanh nhân Á Đông đang làm việc tại Tanzania.

7.2.Từ thiện và Giáo dục: Hầu hết các ngôi chùa này (cả Sri Lanka, Trung Quốc, Hàn Quốc) đều vận hành các trường học hoặc trung tâm đào tạo nghề miễn phí cho người bản địa, tạo dựng hình ảnh Phật giáo gắn liền với lòng trắc ẩn và sự phát triển xã hội.

---

12. Hòa thượng Ilukpitiye Pannasekara Thero, Phật giáo Châu Phi (Buddhism in Africa), Sasana Abhiwurdhi Wardhana Society: Malaysia, 2015, trang 2.

7.3.Giao lưu văn hóa: Giúp người dân Tanzania tiếp cận với thiền định, võ thuật (như Thiếu Lâm) và triết học Đông phương.

Tóm lại, dù phải đối mặt với thách thức từ sự lớn mạnh của các tôn giáo khác, Phật giáo tại Tanzania vẫn luôn là một điểm tựa tinh thần bình yên. Sự dấn thân của Hòa thượng Tăng thống và Chư tôn đức Trung Quốc, Hàn Quốc…đã chứng minh rằng, dù khác biệt về văn hóa, nhưng tình thương và sự thấu hiểu luôn là ngôn ngữ chung, để cùng nhau phát triển các dự án Phật giáo Tanzania để tiếng chuông thiền bên bờ Ấn Độ Dương được chan hòa khắp muôn nơi.

Ngày 29/12/2025, Chùa Hương Sen (California) đã mang những món quà ấm áp đến với các bé mồ côi tại trường Kind Heart Africa School. Đây là ngôi trường do Hòa thượng Tăng thống Phật giáo Châu Phi Ilukpitiye Pannasekara dày công xây dựng.

CHƯƠNG 3

PHẬT GIÁO UGANDA: NIỀM TIN VÀ SỰ CHUYỂN HÓA TRÊN THẢO NGUYÊN

1. Đất nước, Văn hóa và Tôn giáo của Uganda

1.1. Đất nước: Thiên nhiên và Địa chính trị

1.2. Văn hóa: Vùng đất của những Vương quốc

1.3. Tôn giáo: Thiên Chúa giáo, Hồi giáo, Phật giáo và các Truyền thống khác

2. Phật giáo Uganda

2.1. Đại đức Bhante Buddharakkhita

2.2. Trung tâm Phật giáo Uganda (UBC)

2.3. Hệ thống giáo dục phổ thông của Trung tâm Phật giáo Uganda

* * *

1. ĐẤT NƯỚC, VĂN HÓA VÀ TÔN GIÁO NƯỚC UGANDA

Uganda, thường được gọi là **"Viên ngọc của châu Phi"** (The Pearl of Africa) theo lời của Winston Churchill, là một quốc gia không giáp biển nằm ở Đông Phi. Nơi đây sở hữu sự đa dạng sinh học phong phú và một nền văn hóa đan xen giữa truyền thống bộ lạc lâu đời với các tôn giáo hiện đại.

Photo: Bản đồ và Cờ Uganda.[13]

Dưới đây là bức tranh chi tiết về quốc gia này:

1.1. Đất nước: Thiên nhiên và Địa chính trị

Uganda nằm trên một cao nguyên trung bình, nơi có sự giao thoa giữa các hệ sinh thái rừng rậm Congo và thảo nguyên Đông Phi.

Địa lý: Sở hữu hồ **Victoria** (hồ lớn nhất châu Phi) và là nguồn của dòng sông Nile trắng huyền thoại. Phía Tây là dãy núi **Rwenzori** ("Dãy núi Mặt trăng") phủ tuyết quanh năm.

Động vật: Là một trong những nơi hiếm hoi trên thế giới có thể quan sát được **khỉ đột núi** (Mountain Gorillas) trong môi trường tự nhiên.

Lịch sử chính trị: Uganda giành độc lập từ Anh vào năm 1962. Sau giai đoạn bất ổn dưới thời Idil Amin trong những năm 1970, Uganda hiện nay là một quốc gia đang phát triển năng động với dân số rất trẻ (trung bình dưới 16 tuổi).

1.2. Văn hóa: Đất nước của các Vương quốc

Khác với nhiều quốc gia châu Phi khác, Uganda vẫn duy trì cấu trúc các **Vương quốc truyền thống** hoạt động song song với

13. Darwinek, Flag Map of Uganda, 2008, Wikimedia Commons, https://commons.wikimedia.org/wiki/File:Flag_map_of_Uganda.svg, CC BY-SA 3.0.

chính phủ hiện đại.

Vương quốc Buganda: Là vương quốc lớn nhất và có tầm ảnh hưởng nhất. Di sản văn hóa của họ, bao gồm cả các khu lăng mộ Kasubi, được UNESCO công nhận.

Ngôn ngữ: Tiếng Anh và tiếng Swahili là ngôn ngữ chính thức. Tuy nhiên, tiếng **Luganda** được sử dụng rộng rãi như một ngôn ngữ văn hóa chính tại khu vực trung tâm.

Âm nhạc và Nghệ thuật: Người Uganda nổi tiếng với các điệu múa truyền thống đầy năng lượng, sử dụng trống gỗ cỡ lớn và đàn gỗ (xylophones). Các điệu múa thường kể về các câu chuyện săn bắn hoặc mừng mùa màng.

Ẩm thực: Món ăn cốt lõi là **Matooke** (chuối xanh hầm hoặc hấp). Ngoài ra còn có món "Rolex" (trứng cuộn trong bánh chapati) – một món ăn đường phố biểu tượng của Uganda.

Các lưu ý văn hóa khi tiếp xúc

Kneeling (Quỳ gối): Ở nhiều vùng, phụ nữ và trẻ em thường quỳ gối khi chào hỏi người lớn tuổi để thể hiện sự tôn trọng sâu sắc.

Trang phục: Người Uganda rất coi trọng vẻ ngoài. Trang phục truyền thống của phụ nữ là **Gomesi** (váy dài có vai nhọn) và nam giới là **Kanzu** (áo choàng dài màu trắng).

1.3. Tôn giáo: Sự thống trị của Kitô giáo

Uganda là một trong những quốc gia có niềm tin tôn giáo mạnh mẽ nhất tại châu Phi.

Tôn giáo	Tỷ lệ ước tính	Đặc điểm
Kitô giáo	~84%	Chia thành Công giáo (40%) và Tin lành (khoảng 32%), còn lại là các giáo phái khác.
Hồi giáo	~14%	Tập trung nhiều ở các vùng đô thị và phía Bắc.
Phật giáo	~1%	Theo truyền thống Phật giáo Nguyên thủy
Truyền thống khác	~2%	Thờ cúng tổ tiên và các vị thần rừng.

Sự hòa đồng tôn giáo: Dù là quốc gia có đa số người theo đạo Kitô, Uganda vẫn có sự hiện diện của Phật giáo, Do Thái giáo (Abayudaya) và các tôn giáo khác một cách hòa bình.

2. PHẬT GIÁO TẠI UGANDA

Phật giáo tại Uganda là một hiện tượng tôn giáo khá đặc biệt và thú vị. Mặc dù Uganda là một quốc gia có đa số dân theo Kitô giáo (khoảng 84%), Phật giáo đã bắt đầu bén rễ và phát triển một cách độc đáo, gắn liền với sự nỗ lực của các cá nhân thay vì thông qua các cuộc truyền đạo quy mô lớn.

Dưới đây là chi tiết về lịch sử, sự phát triển và đặc điểm của Phật giáo tại Uganda, quốc gia Đông Phi này:

2.1. Người đặt nền móng: Thượng tọa Buddharakkhita

Nhắc đến Phật giáo Uganda, không thể không nhắc đến Thượng tọa Buddharakkhita.

Thượng tọa Trụ trì Buddharakkhita chụp ngày 13/12/2025.

Hành trình cá nhân: Sinh ra trong một gia đình Kitô giáo tại Uganda, ngài tiếp xúc với Phật giáo khi đang du học tại Ấn Độ vào những năm 1990. Sau đó, ngài sang Hoa Kỳ và Thái Lan để xuất gia tu học.

Sứ mệnh: Năm 2005, sư trở về Uganda và thành lập **Trung tâm Phật giáo Uganda (Uganda Buddhist Centre - UBC)** tại Entebbe. Đây là dấu mốc chính thức cho sự hiện diện của Phật giáo Nam tông (Theravada) tại quốc gia này.

2.2. Trung tâm Phật giáo Uganda (Uganda Buddhist Centre - UBC)

Được thành lập vào năm ngày 10/04/2005 tại Entebbe, là trung tâm Phật giáo đầu tiên tại Uganda do chính một người Uganda bản địa, Thượng tọa Buddharakkhita sáng lập.

Vị trí: Tọa lạc tại Bulega, Garuga gần hồ Victoria.

UGANDA BUDDHIST CENTRE
Trụ trì: Thượng tọa Buddharakkhita
Plot 31, Bulega, Garuga Road, Entebbe, Uganda
Điện thoại: +256 39 2000926

https://www.facebook.com/ugandabuddhistcenter/
https://ugandabuddhistcenter.org/

Chánh điện của Trung tâm Uganda Buddhist Centre.[14]

Hoạt động: Trung tâm không chỉ là nơi tu học cho các Tăng Ni (hiện có 70 vị thường trú) mà còn là một tổ chức cộng đồng, thường tổ chức các khóa thiền, giảng pháp, khóa tu xuất gia gieo duyên ngắn ngày (tham dự khoảng 300 vị vào tháng 12, 2025) và các lớp học về kỹ năng sống. Nhân viên làm việc thiện nguyện cho chùa khoảng 70-100 vị khi có những khóa tu hay lễ hội.

Kiến trúc: Ngôi chùa được xây dựng theo phong cách kết hợp giữa kiến trúc Phật giáo truyền thống Á Đông và các vật liệu, không gian đặc trưng của châu Phi. Bức tượng Phật tại Trung tâm Phật giáo Uganda được làm từ đá granite trắng và là một trong những biểu tượng tôn giáo độc đáo nhất tại Đông Phi, thu hút nhiều khách du lịch và những người hiếu kỳ đến tham quan.

14. The main hall of Uganda Buddhist Centre. https://www.facebook.com/ugandabuddhistcenter/photos/

Từ trái: Bhante Ashin Pandicca, Bhante Sayadaw, Thượng tọa Trụ trì Buddharakkhita, Ni sư TN Giới Hương và Sư cô Đức Trí chụp tại Chánh điện, ngày 13/12/2025.

2.3. Hệ thống giáo dục phổ thông thuộc Uganda Buddhist Center

Trung tâm Phật giáo Uganda (UBC) đã phát triển một hệ thống giáo dục đặc biệt nhằm kết hợp triết lý Phật giáo với chương trình giáo dục phổ thông. Các ngôi trường của UBC không chỉ dạy kiến thức mà còn chú trọng vào "đào tạo trái tim" thông qua chánh niệm.

Dưới đây là các trường học và dự án giáo dục chính của UBC:

2.3.i. Trường Hòa bình Phật giáo (Buddhist Peace School - BPS)

Đây là dự án giáo dục nổi bật nhất của UBC, nằm tại Bulega, Garuga. Đây được coi là **ngôi trường tiểu học Phật giáo đầu tiên tại châu Phi**.

Các cấp học: Bao gồm cả mầm non (Preschool) và tiểu học (Primary School).

Triết lý giáo dục: Chương trình học dựa trên “Ba trụ cột”:

Lời dạy của Đức Phật: Giảng dạy về đạo đức, lòng từ bi và chánh niệm.

Trí tuệ truyền thống Châu Phi: Tích hợp triết lý *Ubuntu* (tinh thần đoàn kết, tương thân tương ái của người Phi).

Chương trình giáo dục quốc gia: Đảm bảo học sinh có đầy đủ kiến thức theo tiêu chuẩn của Bộ Giáo dục Uganda.

Đặc điểm: Trường cung cấp giáo dục miễn phí hoặc hỗ trợ học phí rất thấp cho trẻ em nghèo trong cộng đồng địa phương, không phân biệt tôn giáo.

2.3.ii. Trường Trung học Phật giáo Châu Phi (African Buddhist High School)

Đây là bước tiếp nối cho học sinh sau khi hoàn thành bậc tiểu học tại BPS. Ngôi trường này hướng tới việc cung cấp giáo dục bậc trung học trong một môi trường thực hành chánh niệm, giúp thanh thiếu niên Uganda phát triển toàn diện cả về trí tuệ lẫn tâm hồn trong giai đoạn trưởng thành quan trọng.

Ni sư TN Giới Hương và các Chú điệu UBC trước bảng Trường Trung học, ngày 13/12/2025.

2.3.iii. Trung tâm Chăm sóc Từ bi (Compassion Care Centre & Orphanage)

Mặc dù là một cô nhi viện, nhưng đây thực chất là một mô hình giáo dục nội trú.

Hầu hết trẻ em tại đây là trẻ mồ côi hoặc có hoàn cảnh đặc biệt khó khăn.

Các em được nuôi dưỡng, chăm sóc y tế tại **Trung tâm Y tế Buddha** (nằm trong khuôn viên UBC) và theo học trực tiếp tại Trường Hòa bình Phật giáo.

2.3.iv. Chương trình Đào tạo Tăng Ni sinh (Novice Monk and Nun Ordination Program)

UBC có một chương trình giáo dục đặc thù phong phú dành cho những Tăng ni sinh và thanh thiếu niên tập sự muốn học xuất gia như sau:

- Kinh điển Pāli và triết học Phật giáo.
- Kỹ năng thiền định và giới luật.
- Tiếng Anh và các kỹ năng sống cần thiết.

Bhante Trụ trì Buddharakkhita và Tăng đoàn UBC ngày 13/12/2025.

Thượng tọa Buddharakkhita và cộng đồng Phật giáo Uganda đang nỗ lực để:

Châu Phi hóa Phật giáo: Dịch kinh điển sang tiếng Luganda (ngôn ngữ địa phương) và lồng ghép các bài hát, văn hóa Uganda vào các nghi lễ để người dân dễ tiếp cận.

Đào tạo nhân sự: Gửi các Tăng ni sinh trẻ Uganda sang các nước Phật giáo (Miến điện, Tích Lan, Thái Lan...) tu học nhằm đào tạo thế hệ sư thầy bản địa tiếp nối.

Bảng tóm tắt các cơ sở giáo dục của UBC

Tên trường/Cơ sở	**Cấp học**	**Đối tượng**
Buddhist Peace School (Mầm non)	3 - 5 tuổi	Trẻ em địa phương
Buddhist Peace Primary School	6 - 13 tuổi	Trẻ em địa phương & trẻ mồ côi
African Buddhist High School	Trung học	Học sinh sau trung học
Compassion Care Centre	Nội trú	Trẻ mồ côi

Những ngôi trường này là minh chứng cho tinh thần "Phật giáo vị nhân sinh", nơi giáo dục không chỉ là con chữ mà còn là sự thực hành lòng tốt và sự tỉnh thức mỗi ngày.

3. PHẬT GIÁO VỊ NHÂN SINH TẠI UGANDA

Phật giáo ở Uganda không chỉ dừng lại ở triết lý xuống, hay chỉ ngồi thiền, tụng kinh, mà tập trung mạnh mẽ vào cải thiện đời sống xã hội. Do nguồn lực hạn chế, cộng đồng Phật giáo tại đây chọn cách tiếp cận thông qua các dự án nhân đạo:

3.1. Dự án nước sạch là sự sống: Xây dựng các giếng khoan cho dân cư địa phương (vốn gặp khó khăn về nước sạch). Điều này giúp người dân có cái nhìn thiện cảm và gần gũi với đạo Phật.

3.2. Giáo dục và Y tế: Cung cấp học bổng cho trẻ em nghèo, các dịch vụ chăm sóc sức khỏe cơ bản và miễn phí.

3.3. Nông nghiệp bền vững: Hướng dẫn người dân các kỹ thuật canh tác không gây hại môi trường, phù hợp với tinh thần từ bi của đạo Phật.

3.4. Bảo vệ môi trường: Ngài khuyến khích người dân trồng cây và bảo vệ hệ sinh thái quanh hồ Victoria, coi đó là một phần của việc thực hành tâm linh.

4. LỄ KỶ NIỆM 20 NĂM THÀNH LẬP TRUNG TÂM PHẬT GIÁO UGANDA (2005-2025)

Trung tâm Phật giáo Uganda do Thượng tọa Buddharakkhita thành lập vào ngày 10/04/2005. Sau 20 năm sinh hoạt và phát triển, vào thứ Bảy ngày 13/12/2025, trung tâm đã long trọng tổ chức lễ kỷ niệm hai thập kỷ truyền bá Phật pháp trên đất Uganda.

Từ phải: Bhante Ashin Pandicca, Bhante Sayadaw, Sư Trụ trì Bhante Buddharakkhita, Ni sư TN TN Giới Hương, Sư cô Đức Trí, Tăng đoàn UBC, vào ngày Lễ 20 năm Thành lập UBC, 13/12/2025.

Lễ kỷ niệm 20 năm thành lập Trung tâm Phật giáo Uganda (UBC) là một cột mốc rất quan trọng đối với cộng đồng Phật giáo tại đây với sự quang lâm tham dự của giới chánh quyền, các phái đoàn đến từ California (Hoa Kỳ), London, Miến điện, Thái Lan, Sri Lanka, Ấn Độ, cộng đồng địa phương, những dân làng Bulega và các vùng lân cận (không phân biệt tôn giáo).

4.1. Chương trình đại lễ tưởng niệm

Dưới sự điều hợp tài tình của MC Mukomazi Andrew, các tiết mục được diễn ra hài hòa và sinh động như sau:

Kinh hành khất thực trong làng (7:30g sáng)**:** Hơn 300 tăng ni từ nhiều truyền thống, đầu trần chân đất, mang bình bát khất thực trong làng quanh chùa.

Dân làng thành tâm cúng dường trái cây khi chư Ni khất thực.

Nghi lễ tâm linh: Tọa thiền và tụng kinh cầu nguyện cho hòa bình thế giới và sự thịnh vượng của Uganda.

Diễn văn của Chư tôn đức Tăng ni và quan khách: Sư trụ trì Buddharakkhita, Sư Sayadaw Ashin Osadha (San Francisco, CA, USA), Ni sư Giới Hương (California, USA), Nakayiza Viola (Uts), Namulindwa Regina (King Oyo), Waiswa Felix (Thai Consulate), gia đình Kao, và Sayadaw Osadha...

Văn hóa kết hợp: Các điệu nhảy trống truyền thống của

Uganda kết hợp với các bài hát Phật giáo bằng tiếng địa phương (Luganda), học sinh Peace School múa kadodi, học sinh high school múa kiganda, biểu diễn võ Kungu Fu và Tai chi... Đây là nét đặc trưng Phật giáo Châu Phi.

Hoạt động nhân đạo: UBC thường khánh thành một giếng khoan nước sạch mới hoặc trao tặng học bổng cho trẻ em địa phương và quà thưởng các tăng ni sinh xuất sắc để đánh dấu sự kiện.

Bánh kem mừng kỷ niệm 20 năm thành lập Trung tâm Phật giáo Uganda.

Triển lãm: Trưng bày hình ảnh về hành trình từ những ngày đầu khi trung tâm chỉ là một mảnh đất trống cho đến khi trở thành một ngôi chùa khang trang như hiện nay.

Từ thiện: Buổi chiều sau phần nghi lễ, phái đoàn Phật tử Miến điện cúng 300 phần sách vở, bút tập cho các chú điệu tu tập. Đoàn Chùa Hương Sen đã cúng dường bữa trai phạn và tặng chocolate cho các hành giả xuất gia tại Trung tâm, trao tặng 150 phần quà (gạo, dầu ăn, muối, đường) cho người dân tại Peace Village và các nhân viên Trung tâm. Đặc biệt, đoàn đã trực tiếp đến thăm và tặng 136 phần quà nhu yếu phẩm cho dân làng tại các khu ổ chuột Katwe và Katanya (Kampala), nơi cái nghèo vẫn còn hiện hữu nhưng nụ cười vẫn luôn rạng rỡ khi nhận được sự sẻ chia.

Toàn cảnh Lễ kỷ niệm 20 năm thành lập Trung tâm Phật giáo Uganda, ngày 13/12/2025.

4.2. Diễn văn khai mạc của Thượng tọa trụ trì Buddharakkhita

20 năm thành lập Trung tâm Phật giáo Uganda (UBC) diễn ra vào ngày 13/12/2025 không chỉ là một buổi lễ kỷ niệm cho cộng đồng Phật giáo, mà còn mang những ý nghĩa biểu tượng và thực tiễn sâu sắc đối với cả Uganda và lục địa Châu Phi như trong bài diễn văn khai mạc, Thượng tọa trụ trì Buddharakkhita nhấn mạnh:

> "Khẳng định sự tồn tại bền vững của "Hạt giống Pháp" tại Châu Phi. Từ một mảnh đất trống tại Garuga vào năm 2005, UBC đã vượt qua 20 năm đầy thử thách để trở thành trung tâm Phật giáo Nam tông (Theravada) đầu tiên và duy nhất phát triển mạnh mẽ tại Uganda. Điều này chứng minh rằng triết lý Phật giáo không hề xa lạ mà có thể hòa nhập và bám rễ sâu sắc vào văn hóa bản địa

Châu Phi. Vì vậy, đại lễ kỷ niệm năm 2025 là bệ phóng cho các mục tiêu xa hơn, tầm nhìn cho 20 năm tiếp theo là:

Đào tạo thế hệ kế thừa: UBC đặt mục tiêu đào tạo các nhà sư bản địa để Tăng Ni có thể tự giảng dạy bằng ngôn ngữ Luganda và các ngôn ngữ địa phương khác mà không cần sự trợ giúp từ bên ngoài.

Lan tỏa ra toàn Châu Phi: UBC đóng vai trò là "mô hình mẫu" để nhân rộng tinh thần chánh niệm sang các quốc gia lân cận như Kenya, Rwanda, Tanzania...

Các mốc thời gian đáng nhớ trong đại lễ kỷ niệm: Lễ kỷ niệm 20 năm (2005-2025) của Trung tâm Phật giáo Uganda này là một lời nhắc nhở rằng: ngay cả ở những nơi tưởng chừng như xa lạ nhất, những giá trị về hòa bình và chánh niệm vẫn luôn có thể nảy mầm nếu được chăm sóc bằng sự kiên trì và lòng từ bi.

4.3. Chủ đề của lễ Kỷ niệm năm 2025 do Thượng tọa Buddharakkhita chọn là: *"Obuntu bulamu"* (the spirit of humanity, kindness and communal unity) nghĩa là tinh thần nhân đạo, tử tế và sự đoàn kết cộng đồng.

Trong bài diễn văn của khách mời, Ni sư TN Giới Hương đã diễn giải ý nghĩa *"Obuntu bulamu"* **này như sau:**

a.Tinh thần nhân đạo

Ý nghĩa: Đây là tình yêu thương giữa con người với con người, không phân biệt màu da, sắc tộc hay tôn giáo.

Tại UBC: Nó thể hiện qua việc nhà chùa thành lập tu viện và các trường học phổ thông, mở cửa đón nhận tất cả mọi người, mọi giới, đặc biệt là những thanh thiếu niên, những người yếu thế, trẻ mồ côi và người nghèo tại địa phương.

b. Lòng tử tế/Lòng tốt

Ý nghĩa: Những hành động nhỏ nhưng mang lại giá trị lớn, xuất phát từ tâm từ bi (*Metta*).

Tại UBC: Lòng tử tế không chỉ nằm ở lời nói mà ở hành động thực tế như: tận tụy hướng dẫn các em tu học gieo trồng hạt giống Phật pháp như tụng kinh, ngồi thiền, gìn giữ uy nghi đạo đức nhà chùa, biết cách yêu thương vạn vật; tặng nhu yếu phẩm, nước sạch, cung cấp thuốc men miễn phí…

c. Sự đoàn kết cộng đồng

Ý nghĩa: Sức mạnh của việc cùng nhau chung sống, chia sẻ và giúp đỡ lẫn nhau theo tinh thần lục hòa.

Tại UBC: Đây là sự giao thoa giữa giáo lý Phật giáo và triết lý **Ubuntu** của Châu Phi (*"Tôi tồn tại vì chúng ta tồn tại"*). UBC không hoạt động tách biệt mà gắn liền với đời sống của dân làng Bulega, tạo nên một cộng đồng hòa hợp, nơi người theo đạo Phật và đạo Thiên Chúa, và các đạo khác có thể cùng nhau làm việc thiện.

d. Sự giao thoa độc đáo giữa Phật giáo và triết lý Ubuntu

Trong 20 năm qua, UBC đã thành công trong việc kết hợp giáo lý nhà Phật với triết lý **Ubuntu** của người Phi ("Tôi tồn tại vì chúng ta tồn tại").

Cột mốc 20 năm này tôn vinh cách tiếp cận "Châu Phi hóa" Phật giáo, nơi lòng từ bi của Đức Phật gặp gỡ tinh thần cộng đồng mạnh mẽ của Uganda. Điều này giúp xóa bỏ định kiến về một tôn giáo ngoại lai.

Ubuntu nhấn mạnh vào lòng nhân ái, sự sẻ chia và mối quan hệ giữa người với người. Điều này rất gần gũi với giáo lý **Nhân quả**

và Từ bi của Đạo Phật. Chính sự tương đồng này đã giúp người dân Uganda đón nhận đạo Phật một cách tự nhiên và ấm áp.

Ni sư Thích Nữ Giới Hương đọc diễn văn tại Chánh điện UBC, ngày 13/12/2025.

5. KHÓA TU 300 THIẾU NHI XUẤT GIA GIEO DUYÊN

Uganda Buddhist Center bình yên tọa lạc trên một ngọn đồi tại Entebbe, cạnh dòng sông Victoria hiền hòa. Đây là ngôi nhà chung của sự tỉnh thức, là nơi tu tập trưởng dưỡng đạo đức cho cả xuất gia và tại gia. Đặc biệt, trung tâm thường tổ chức các khóa tu xuất gia gieo duyên ngắn hạn cho thanh thiếu nhi tập làm quen với nếp sống thiền môn. Số lượng đăng ký đến 300 vị mỗi năm.

Ngày 9-14/12/2025 là khóa tu xuất gia gieo duyên 5 ngày cho 278 hành giả nhí. Các chú điệu tăng (nam) thơ ngây trong những chiếc y đỏ sậm, trong khi các tập sự ni (nữ) xinh xắn nhỏ nhắn trong các tấm y màu hồng nhạt (theo truyền thống Phật giáo Nguyên thủy). Các hành giả nhí này sẽ được cạo tóc, ở chùa, dậy sớm, tụng kinh, ngồi thiền, chấp tác, ăn cơm bằng bình bát và nghiêm chỉnh theo thời khóa tu tập mỗi ngày từ 5g sáng đến 9g đêm như chúng xuất gia thường trụ. Đây là một hạnh nguyện

"Phật giáo dấn thân" đưa đời vào đạo hay đưa đạo vào đời, giúp thanh thiếu nhi tiếp cận Phật pháp một cách sống động và gần gũi mà Thượng tọa Buddharakkhita đã tổ chức rất thành công.

Bhante Ashin Pandicca, Ni sư Thích Nữ Giới Hương, Ni sư Đức Trí và các chú tiểu Trung tâm Phật giáo Uganda trong giờ thọ trai, ngày 12/12/2025.

5.1. Sức sống của "khóa xuất gia gieo duyên": Hình ảnh 278 hành giả nhí xuất gia gieo duyên, xúng xính, trang nghiêm trong các y đỏ sậm (tăng/nam) và hồng nhạt (ni/nữ) là một nét đặc sắc không thể quên. Trong bộ y sáng rực rỡ dưới nắng Phi châu, các mầm xanh của Phật giáo cùng nhau tu tập, thiền hành, nghe pháp thoại, cùng ăn, cùng ngủ và cùng chia sẻ các câu chuyện đạo. Nhìn những gương mặt rạng rỡ niềm vui tự tại, chúng tôi hiểu rằng hạt giống Bồ đề đã thực sự bén rễ sâu vào tâm hồn người dân Uganda.

Thật hy hữu và xúc động khi biết rằng, mỗi khi có khóa tu, hàng trăm thanh thiếu niên trẻ tuổi – có khi lên đến hơn 300 vị đăng ký tu học. Cha mẹ tin tưởng gởi gắm con cái vào cửa Phật để tu tập rèn luyện trong thời gian ngắn 5 ngày, 10 ngày, 3 tháng, hay vài năm.

Nhìn hình ảnh những thiếu nhi, thanh thiếu niên Châu Phi trong màu y đỏ sậm, ánh mắt rạng rỡ niềm tin, như đã tìm thấy một lối đi mới thánh thiện và ý nghĩa trong cuộc đời. Xuất gia gieo duyên tại đây không chỉ là một nghi lễ, mà là một cơ hội để thế hệ trẻ được rèn luyện đạo đức, kỷ luật và trí tuệ. Việc gởi con đi tu tập chính là minh chứng cao nhất cho niềm tin tuyệt đối của người dân dành cho chư Tăng và giá trị chuyển hóa của Phật giáo. Đây là minh chứng hùng hồn cho sức sống của giáo pháp đã ươm mầm và nảy chồi ở vùng đất lục địa đen này.

Các tiểu Ni đi khất thực dọc theo đường Garuga, Entebbe, ngày 13/12/2025.

5.2. Lời nhắn gửi từ "Viên ngọc" Đông Phi: Dù Phật giáo tại Uganda đang hưng thịnh nhất khu vực, nhưng đây vẫn là một hành trình đầy gian nan giữa những tôn giáo lớn khác. Sự hỗ trợ của cộng đồng Phật giáo quốc tế là vô cùng cần thiết để Thượng tọa Buddharakkhita và Trung tâm Phật giáo Uganda có thể tiếp tục mở rộng các dự án giáo dục và thiện nguyện. Hãy đến với Uganda, để thấy một đạo Phật trẻ trung, năng động và tràn đầy sức sống đang từng ngày thay đổi cuộc đời của biết bao con người nơi đây.

Rời Uganda, điều đọng lại trong chúng tôi không chỉ là danh xưng 'Viên ngọc của Châu Phi' với cảnh sắc thiên nhiên tuyệt mỹ, mà là vẻ đẹp của những tâm hồn đang hướng về bến giác. Chuyến đi của phái đoàn Chùa Hương Sen, gói trọn trong Lễ kỷ niệm 20 năm lịch sử, những thời pháp thoại và những phần quà san sẻ yêu thương, đã trở thành một hành trình của trái tim. Xúc động biết bao khi thấy Phật pháp đang đơm hoa kết trái nơi đây, và cảm động hơn cả là tình cảm nồng ấm, sự đùm bọc lẫn nhau giữa Trung tâm Phật giáo và bà con dân làng trên mảnh đất hiền hòa này.

Từ trái: Ni sư TN Giới Hương, Thượng tọa Trụ trì Bhante Buddharakkhita, Sư cô Đức Trí và các chú tiểu tại Lễ kỷ niệm 20 năm thành lập, ngày 13/12/2025.

CHƯƠNG 4

PHẬT GIÁO TẠI RWANDA: CHÁNH NIỆM PHẬT GIÁO VÀ SỰ TRỊ LIỆU SAU THẢM HỌA DIỆT CHỦNG

1. Quốc gia, Văn hóa và Tôn giáo tại Rwanda

1.1. Quốc gia: Vùng đất của ngàn ngọn đồi

1.2. Văn hóa: Sự đoàn kết và lòng kiên cường

1.3. Tôn giáo: Một bức tranh đang chuyển dịch của Kitô giáo, Hồi giáo, Phật giáo, các đức tin thiểu số và những truyền thống khác.

2. Phật giáo tại Rwanda

2.1. Bối cảnh Phật giáo tại Rwanda

2.2. Sự giao thoa giữa Chánh niệm Phật giáo và tiến trình trị liệu sau diệt chủng tại Rwanda

2.3. Phong trào Phật giáo Phi châu

* * *

1. QUỐC GIA, VĂN HÓA VÀ TÔN GIÁO TẠI RWANDA

1.1. Quốc gia: Vùng đất của ngàn ngọn đồi Rwanda là một quốc gia nhỏ, không giáp biển nằm ở Đông Trung Phi, nổi tiếng với phong cảnh núi non hùng vĩ. Kể từ năm 1994, đất nước này đã trải qua một sự chuyển mình đáng kinh ngạc, trở thành một trong những quốc gia ổn định và phát triển nhanh nhất khu vực.

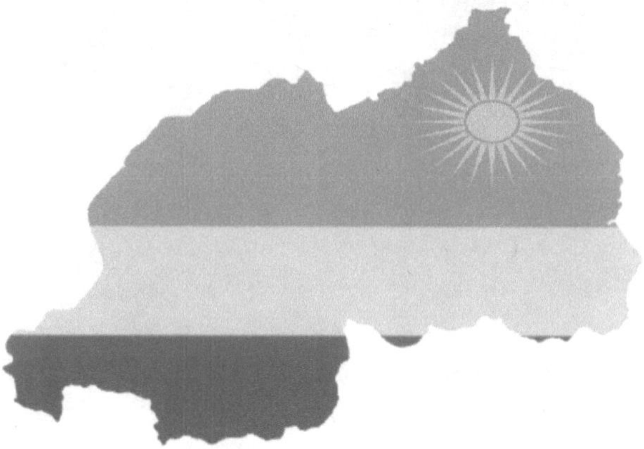

Photo: Bản đồ và Lá cờ của nước Rwanda.[15]

Dân số: Khoảng 14,5 triệu người (ước tính năm 2026).

Ngôn ngữ: Tiếng Kinyarwanda là tiếng mẹ đẻ phổ biến. Tiếng Anh, tiếng Pháp và tiếng Swahili cũng là những ngôn ngữ chính thức.

15. Darwinek, Bản đồ và Lá cờ của nước Rwanda (Flag Map of Rwanda), SVG file, licensed under CC BY-SA 3.0, via Wikimedia Commons, https://upload.wikimedia.org/wikipedia/commons/4/4c/Flag_map_of_Rwanda.svg

Bản sắc dân tộc: Sau năm 1994, chính phủ đã loại bỏ các nhãn dán sắc tộc (Hutu, Tutsi, Twa) để thúc đẩy một bản sắc thống nhất là "Banyarwanda" (người Rwanda).

Các em nhỏ nhận quà của Ni sư TN Giới Hương tại một ngõ hẻm sạch đẹp ở Kigali, Rwand, ngày 19/12/2025.

1.2. Văn hóa: Đoàn kết và Kiên cường Văn hóa Rwanda bám rễ sâu trong các truyền thống truyền miệng, âm nhạc và tinh thần cộng đồng mạnh mẽ.

Triết lý Ubuntu: Giống như nhiều quốc gia Phi châu khác, triết lý *Ubuntu*—niềm tin vào sự gắn kết nhân loại phổ quát—là cốt lõi của đời sống xã hội.

Nghệ thuật và Âm nhạc: Vũ điệu *Intore* (Vũ điệu của những vị anh hùng) là biểu tượng văn hóa nổi tiếng thế giới. Rwanda còn nổi tiếng với nghệ thuật *Imigongo*, một loại hình nghệ thuật hình học độc đáo làm từ phân bò.

Umuganda: Vào ngày Thứ Bảy cuối cùng mỗi tháng, mọi công dân đều tham gia lao động công ích bắt buộc để dọn dẹp đường phố, xây trường học hoặc trồng cây. Điều này đã giúp Rwanda trở thành một trong những quốc gia sạch nhất thế giới.

1.**3. Tôn giáo:** Một bức tranh đang chuyển dịch Rwanda là một trong những quốc gia "Kitô giáo hóa" mạnh mẽ nhất ở Châu Phi, nhưng bức tranh tôn giáo đã có nhiều thay đổi kể từ sau thập niên 1990.

Kitô giáo: Chiếm hơn 90% dân số. Công giáo là giáo phái lớn nhất (khoảng 40-45%).

Hồi giáo: Chiếm khoảng 2-5% dân số và rất được tôn trọng vì đã bảo vệ người tị nạn trong thời kỳ diệt chủng.

Người dân Bumbogo địa phương gánh thực phẩm và đồ đạc trên đầu đi trên những con đường đất đỏ sạch sẽ, ngày 20/12/2025.

Phật giáo và các đức tin thiểu số: Phật giáo vẫn là một tôn giáo thiểu số, chủ yếu được thực hành bởi những người nước ngoài và một số lượng ngày càng tăng người dân địa phương quan tâm đến chánh niệm.

2.PHẬT GIÁO TẠI RWANDA

Mặc dù Rwanda có truyền thống Kitô giáo lâu đời, Phật giáo đã bắt đầu bén rễ thông qua các chương trình trao đổi quốc tế và các trung tâm thiền định.

2.1. Bối cảnh Phật giáo tại Rwanda

Sự tăng trưởng và hiện diện: Phật giáo tại Rwanda còn khá mới mẻ và thường phát triển thông qua các nhóm thiền sinh, cộng đồnng nhỏ nhưng đầy tâm huyết. Phật giáo thường được đưa vào bởi những người ngoại quốc, các nhân viên cứu trợ nhân đạo, và những người dân địa phương trở về sau quá trình tiếp cận Phật giáo tại các quốc gia Châu Á hoặc phương Tây.

Tài xế Shyaka Sam (phải), Ni sư TN Giới Hương (giữa, áo vàng) và Sư cô Đức Trí (trái) thăm làng Kigali, Rwanda, vào ngày 20/12/2025.

Tập trung vào Chánh niệm: Phần lớn sự quan tâm tại Rwanda xoay quanh thiền Vipassana (Thiền Quán) và Thiền tông (Zen).

Ni sư TN Giới Hương và Sư cô Đức Trí thăm viếng và cầu nguyện tại Đài tưởng niệm Diệt chủng Kigali (Kwibuka 31).[16]

16. Kwibuka 31 (có nghĩa là "Tưởng niệm" trong tiếng Kinyarwanda) dùng để chỉ nơi kỷ niệm lần thứ 31 cuộc diệt chủng năm 1994 chống lại người Tutsi, được tổ chức vào năm 2025. Viện Bảo Tàng đóng vai trò là nơi lưu trữ trang nghiêm các di vật và lịch sử về thảm kịch này, giai đoạn mà hơn 1.000.000 (một triệu) người đã bị sát hại một cách có hệ thống trên khắp Rwanda chỉ trong vòng 100 ngày (từ ngày 7 tháng 4 đến giữa tháng 7 năm 1994). Khu vực tưởng niệm cũng là nơi an nghỉ cuối cùng của hơn 250.000 nạn nhân, những hài cốt của họ đã được đưa về đây từ khắp thủ đô để được tổ chức lễ an táng tôn nghiêm và linh thiêng.
(Kwibuka 31 (which means "To Remember" in Kinyarwanda) refers to the 31st anniversary of the 1994 Genocide against the Tutsi, commemorated in 2025. The museum serves as a solemn archive of the artifacts and history of the tragedy, during which over 1,000,000 people were systematically killed across Rwanda

Mặc dù không có thông tin chính thức nào về các ngôi chùa Phật giáo, tăng ni chính quy tại Rwanda, nhưng Giáo pháp vẫn hưng thịnh thông qua sự tu tập của các nhóm yêu thích thiền và học hỏi về đạo Phật. Nhiều trung tâm thiền hoạt động ngay tại nhà riêng của các cư sĩ, nơi nhiều người dân Kigali, Rwanda, tập trung lại để tìm kiếm sự bình an trong tâm hồn. Trong chuyến nghiên cứu gần đây của chúng tôi, hai người tài xế địa phương là anh Ullan và anh Shyaka Sam đã chia sẻ rằng nhiều bạn bè của họ thường xuyên đến các trung tâm cộng đồng nhỏ này vào cuối tuần để thực hành chánh niệm và học hỏi giáo lý Phật giáo do các cư sĩ hướng dẫn.

2.2. Sự giao thoa giữa Chánh niệm và Trị liệu sau diệt chủng

Trong một quốc gia từng trải qua thảm kịch diệt chủng năm 1994, những giáo lý của Phật giáo về hòa bình, sự hòa giải và chánh niệm đã trở thành công cụ trị liệu tâm lý sâu sắc. Nhiều cư sĩ địa phương đã chia sẻ hành trình dùng Phật pháp, đặc biệt thiền chánh niệm của Phật giáo để chữa lành nỗi đau từ quá khứ, nhất là từ nạn diệt chủng hơn 1 triệu người tại Rewanda trong năm 1994.

2.3. Phong trào Phật giáo Phi châu Rwanda là một phần của phong trào "Phật giáo Phi châu" rộng lớn hơn, nhằm hài hòa các giáo lý Phật giáo truyền thống với các giá trị bản địa như *Ubuntu*, tương đồng với khái niệm "Tương tức" (Interconnectedness) trong đạo Phật.

in just 100 days (from April 7 to mid-July 1994). The memorial grounds also serve as the final resting place for more than 250,000 victims, whose remains were brought there from across the capital to be given a dignified and sacred burial).

Ngày 19-20/12/2025: Ni sư TN Giới Hương chia sẻ quà bánh kẹo cho trẻ em tại làng Kigali và Bumbogo, Rwanda, trong chuyến nghiên cứu văn hóa Đông Phi.

CHƯƠNG 5

PHẬT GIÁO KENYA: SỨC SỐNG MỚI TỪ TÂM LINH

1. Đất nước, văn hóa và tôn giáo nước Kenya

1.1. Đất nước: Thiên đường của động vật hoang dã

1.2. Văn hóa: Sự giao thoa của 42 bộ tộc

1.3. Tôn giáo: Đa dạng và hòa hợp

2. Phật giáo nước Kenya

2.1. Quy mô và cộng đồng

2.2. Trung tâm Phật giáo Nairobi (Nairobi Buddhist Temple)

2.3. Không gian cảnh quan

2.4. Vai trò cộng đồng

3. Hòa thượng trụ trì Bhante Y. Wimala

3.1. Tiểu sử và Hành trình Tâm linh

3.2. Các hoạt động tại Kenya

4. Tầm nhìn Phật giáo Kenya trong Thế kỷ XXI

* * *

Kenya – một quốc gia Đông Phi đầy quyến rũ, nơi được mệnh danh là "cái nôi của nhân loại".

Dưới đây là bức tranh **tổng quan về** đất **nước, văn hoá và tôn giáo của Kenya:**

1. ĐẤT NƯỚC: THIÊN ĐƯỜNG CỦA ĐỘNG VẬT HOANG DÃ

Kenya không chỉ có những thảo nguyên bao la mà còn có địa hình cực kỳ đa dạng:

1.1. Vị trí chiến lược: Nằm ngay đường xích đạo, giáp Ấn Độ Dương. Thủ đô **Nairobi** là một trung tâm tài chính và ngoại giao quan trọng của cả châu Phi.

Lá cờ và bản đồ Kenya. [17]

Thiên nhiên kỳ vĩ: Nổi tiếng nhất là **Khu bảo tồn Maasai**

17. Darwinek, Lá cờ và bản đồ Kenya (Flag Map of Kenya), n.d., SVG file,

Mara, nơi diễn ra "Cuộc di cư lớn nhất hành tinh" của hàng triệu con linh dương đầu bò và ngựa vằn. Ngoài ra còn có Thung lũng Tách giãn Lớn (Great Rift Valley) và Núi Kenya – ngọn núi cao thứ hai châu Phi.

Khí hậu: Dù nằm ở xích đạo nhưng nhờ địa hình cao nguyên, khí hậu Kenya khá mát mẻ (dao động 15-25°C), chia làm mùa mưa và mùa khô rõ rệt.

1.2. Văn hóa: Sự giao thoa của 42 bộ tộc

Văn hóa Kenya là một "nồi lẩu thập cẩm" đầy màu sắc nhờ sự chung sống của hơn 42 nhóm dân tộc khác nhau:

Tinh thần Harambee: Đây là triết lý quốc gia, có nghĩa là **"cùng nhau chung sức"**. Người Kenya rất coi trọng tính cộng đồng, sự giúp đỡ lẫn nhau trong các sự kiện lớn như cưới hỏi, xây dựng hay khó khăn.

Bộ tộc Maasai: Đây là biểu tượng văn hóa nổi tiếng nhất của Kenya. Họ vẫn giữ lối sống du mục, mặc trang phục *Shuka* đỏ rực rỡ, đeo trang sức hạt cườm tinh xảo và có những điệu nhảy nhảy cao đặc trưng.

Ngôn ngữ: Tiếng **Swahili** và tiếng **Anh** là hai ngôn ngữ chính thức. Hầu hết người dân đều có thể nói ít nhất 3 ngôn ngữ (tiếng mẹ đẻ của bộ tộc, Swahili và Anh).

Ẩm thực: Món ăn quốc hồn quốc túy là **Ugali** (bột ngô nấu dẻo như bánh đúc) ăn kèm với **Nyama Choma** (thịt nướng) và rau cải *Sukuma Wiki*.

1.3. Tôn giáo: Đa dạng và hòa hợp

Tôn giáo đóng vai trò trung tâm trong đời sống tinh thần của người dân Kenya:

Wikimedia Commons, https://commons.wikimedia.org/wiki/File:Flag_map_of_Kenya.svg (licensed under Creative Commons Attribution-Share Alike 3.0 Unported.

Kitô giáo (Chiếm đa số, khoảng 83-85%): Trong đó bao gồm Đạo Tin Lành (Protestant) chiếm tỷ lệ cao nhất, sau đó là Công giáo (Catholic). Các buổi lễ nhà thờ ở đây thường rất sôi động với âm nhạc và vũ đạo.

Hồi giáo (Khoảng 10-11%): Tập trung chủ yếu ở vùng duyên hải (như thành phố cảng Mombasa) và khu vực biên giới phía Đông, do ảnh hưởng từ các thương nhân Ả Rập trong lịch sử.

Phật giáo (khoảng 0.1%): chủ yếu là các dân nhập cư đem đạo Phật vào và tập trung ở thủ đô Nairobi.

Tín ngưỡng truyền thống: Dù theo các tôn giáo lớn, nhiều người Kenya vẫn giữ những niềm tin bản địa về tổ tiên, linh hồn và các nghi lễ trưởng thành (như cắt bao quy đầu cho nam giới để đánh dấu sự trưởng thành).

Sự thật thú vị: Kenya là một trong những quốc gia sản xuất trà đen và cà phê ngon nhất thế giới, nhưng người dân ở đây lại thích uống trà có pha rất nhiều sữa và đường (gọi là Chai).

2. PHẬT GIÁO KENYA

Phật giáo là một tôn giáo thiểu số tại Kenya, nhưng sự hiện diện của nó lại mang một câu chuyện rất thú vị về sự giao thoa văn hóa giữa châu Á và châu Phi.

Dưới đây là những điểm nổi bật về Phật giáo tại quốc gia này:

2.1. Quy mô và cộng đồng

Tỷ lệ: Phật giáo chỉ chiếm một phần rất nhỏ (chưa đến 0.1% dân số).

Thành phần: Ban đầu, Phật giáo du nhập vào Kenya chủ yếu thông qua các cộng đồng người nhập cư và chuyên gia từ **Sri Lanka, Ấn Độ, Trung Quốc và Nhật Bản**. Tuy nhiên, hiện nay đã có một số lượng nhỏ người dân bản địa Kenya cải đạo sang Phật giáo.

2.2. Trung tâm Phật giáo Nairobi (Nairobi Buddhist Temple)

Đây là ngôi chùa Phật giáo quan trọng nhất và cũng là ngôi chùa đầu tiên tại Kenya, được thành lập vào năm 1999 do Quỹ George Phylnormel (để tưởng nhớ một gia đình người Sri Lanka là ông George và bà Norma Perera).

Bhante Wipassi, Ni sư TN Giới Hương và Sư cô Đức Trí trước bảng ghi Công đức của Quỹ George Phylnormel, Chùa Nairobi, ngày 23/12/2025.

NAIROBI BUDDHIST TEMPLE
Trụ trì: Thượng tọa Bhante Y. Wimali
Parklands/Highridge Loresho Ridge Rd, Nairobi, Kenya
Emai: buddhisttemplenairobi@gmail.com
Điện thoại: +254 786 573846, 0748 296 301
Website: nairobibuddhisttemple.org

Kiến trúc Chùa Phật giáo Nam tông Nairobi là một sự kết hợp độc đáo giữa nét truyền thống của quốc đảo Sri Lanka và không gian thiên nhiên yên bình của vùng ngoại ô Kenya. Vì được xây dựng và điều hành chủ yếu bởi cộng đồng người Sri Lanka, ngôi chùa mang đậm dấu ấn kiến trúc **Sri Lanka**.

Bhante Wipassi, Ni sư TN Giới Hương và Sư cô Đức Trí trước chánh điện Chùa Nairobi, ngày 23/12/2025.

Bảo tháp (Stupa): Đây là điểm nhấn quan trọng nhất. Bảo tháp có hình dáng chiếc chuông úp ngược đặc trưng, sơn màu trắng tinh khiết, tượng trưng cho sự thanh tịnh và giải thoát.

Cây Bồ Đề (Bodhi Tree): Trong khuôn viên chùa có một cây Bồ Đề rất linh thiêng. Đây không chỉ là cây xanh mà còn là một phần của "kiến trúc tâm linh", được bao quanh bởi một đài sen và các kệ để người dân đến dâng hoa, thắp nến.

Sự tinh giản và hòa hợp thiên nhiên

Khác với những ngôi chùa Đông Á thường có nhiều chi tiết chạm trổ rồng phượng phức tạp, chùa Nairobi đi theo hướng tối giản:

Thiền đường (Meditation Hall): Là một không gian mở, rộng rãi và thoáng mát. Kiến trúc tại đây ưu tiên ánh sáng tự nhiên và gió trời, giúp người hành thiền cảm thấy gần gũi với thiên nhiên.

Vật liệu: Chùa sử dụng sự kết hợp giữa bê tông hiện đại và các vật liệu gần gũi. Màu sắc chủ đạo là trắng và các tông màu gỗ tự nhiên, tạo cảm giác thư thái, nhẹ nhàng.

2.3. Không gian cảnh quan

Chùa tọa lạc trong một khu vườn xanh mướt tại khu Loresho. Cách sắp xếp cảnh quan ở đây giống như một "ốc đảo" tách biệt khỏi sự ồn ào của thủ đô Nairobi:

Lối đi bộ: Các con đường nhỏ quanh co dẫn lối giữa các bãi cỏ xanh và những khóm hoa nhiệt đới.

Tượng Phật: Các bức tượng Phật được đặt rải rác trong vườn hoặc trong các hốc tường theo phong cách trang nghiêm nhưng giản dị, không phô trương.

Bhante Wipassi, Ni sư TN Giới Hương và Sư cô Đức Trí trước điện Quan Âm, Chùa Nairobi, ngày 23/12/2025.

2.4. Vai trò cộng đồng

Kiến trúc của chùa còn bao gồm các khu vực chức năng phục vụ đời sống:

Khu nhà tăng (Monks' Residence): Nơi sinh hoạt của các nhà sư.

Thư viện và lớp học: Nơi lưu giữ kinh sách và tổ chức các buổi giảng pháp, dạy thiền cho người dân địa phương và khách du lịch.

Điện Quan Âm: được xây dựng và cúng dường bởi Tiến sĩ Hasmaskh Dawda cùng gia đình vào ngày 18 tháng 5 năm 2014.

Có nhiều Phật tử Trung Quốc, Nhật Bản theo Bắc tông (Mahayana) đến Chùa Nairobi tu tập và, ở châu Phi, ranh giới giữa các hệ phái thường trở nên mờ nhạt. Trung tâm Phật giáo Nairobi luôn chào đón tất cả các truyền thống, nên trong chùa có điện thờ Phật bà Quan Âm và Di Lặc để phục vụ tín ngưỡng của kiều bào theo Phật giáo đại thừa Bắc tông.

3. HÒA THƯỢNG TRỤ TRÌ BHANTE Y. WIMALA

3.1. Tiểu sử và Hành trình Tâm linh

Nguồn gốc: Sư Wimala là một tu sĩ Phật giáo người Sri Lanka. Ngài gia nhập tăng đoàn từ năm 13 tuổi, thụ giới Sa-di năm 14 tuổi và thụ giới Tỳ-kheo năm 20 tuổi.

Hòa thượng Trụ trì Bhante Y. Wimala.[18]

18. Hòa thượng Trụ trì Bhante Y. Wimala. Website: nairobibuddhisttemple.org

Triết lý hành đạo: Thay vì tu tập ẩn dật trong tu viện, ngài chọn con đường du hành khắp thế giới với bình bát và y áo để chia sẻ giáo pháp, áp dụng trí tuệ cổ xưa của Phật giáo cách đây 2600 năm vào nhu cầu hiện đại.

Chức vị: Từ năm 1999, ngài giữ chức vụ **Trụ trì và Giám đốc Tâm linh** của Trung tâm Phật giáo Nairobi, Kenya và cũng là vị Tăng thống (Chief Sangha Nayaka) của hệ phái Nam tông tại Mỹ, Canada, Cộng hòa Séc và Kenya.

3.2. Các hoạt động tại Kenya

Hòa thượng Bhante Wimala không chỉ giảng pháp mà còn dùng chùa Nairobi làm đạo tràng để thực hiện các dự án thay đổi cuộc sống người dân bản địa:

Hỗ trợ y tế: Ngài tham gia quyên góp xe lăn, nạng và chân giả cho trẻ em khuyết tật tại các vùng nông thôn Kenya và tài trợ các ca phẫu thuật đục thủy tinh thể cho người nghèo.

Dự án cộng đồng: Ngài khởi xướng các chương trình giải quyết nạn bọ chét (Chigoe flea) gây bệnh ở các làng quê và hỗ trợ chi phí y tế khẩn cấp cho người dân gặp khó khăn.

Giáo dục: Ngài thành lập các chương trình học bổng cho trẻ em, đặc biệt là trẻ em mồ côi và trẻ em đường phố, giúp các em có cơ hội đến trường.

3.3. Tác phẩm và Giảng dạy

Sách: Ngài là tác giả của cuốn sách nổi tiếng ***Lessons of the Lotus: Practical Spiritual Teachings of a Travelling Buddhist Monk*** (Bài học từ hoa sen: Những giáo huấn tâm linh thực hành của một tu sĩ du hành). Cuốn sách tập trung vào việc biến tâm linh trở thành một phần của cuộc sống hàng ngày thông qua thiền định, lòng trắc ẩn và sự thấu hiểu.

Âm nhạc và Thơ ca: Ngài còn sản xuất các đĩa CD hướng dẫn thiền định và viết thơ để truyền tải thông điệp về sự bình an nội tại.

Giải thưởng: Nhờ những đóng góp không ngừng nghỉ, ngài đã nhận được nhiều giải thưởng cao quý như **Giải thưởng Hòa bình Toàn cầu (2007)** tại Mỹ và **Giải thưởng Nhân đạo từ Quốc hội Kenya (2007).**

Bhante Wipassi, Ni sư TN Giới Hương và Sư cô Đức Trí ở cổng trước Chùa Nairobi, ngày 23/12/2025.

4. TẦM NHÌN PHẬT GIÁO KENYA TRONG THẾ KỶ XXI

Tại Kenya, Phật giáo không chỉ tồn tại trong các không gian thiền định mà còn hiện diện qua các ngôi chùa do chư Tăng Châu Phi hoặc các tổ chức quốc tế dẫn dắt. Những ngôi chùa này đóng vai trò quan trọng trong việc nuôi dưỡng đời sống tinh thần cho cộng đồng bản địa, giúp họ tiếp cận với triết lý bình đẳng và lòng từ bi của đức Phật.

Sự dấn thân của Chư Tăng và lợi ích cho dân bản địa

Chư Tăng tại Kenya đã không quản ngại gian khó để cống hiến cho dân địa phương cả về mặt tinh thần lẫn vật chất.

Về tinh thần: Các Ngài tổ chức những buổi pháp thoại, hướng dẫn hành thiền để người dân chuyển hóa khổ đau.

Về vật chất: Chư Tăng và các phái đoàn Phật giáo thường xuyên thực hiện các chương trình từ thiện, cung cấp nhu yếu phẩm thiết yếu.

Kenya, đất nước nổi tiếng với những thảo nguyên bao la và sự đa dạng sinh học kỳ thú, nay lại đón nhận một dòng chảy tâm linh mới đầy tĩnh lặng và bao dung. Ánh sáng Phật pháp đã len lỏi qua những cánh đồng, chạm đến những làng quê nghèo khó nhất để mang lại niềm hạnh phúc, hy vọng, tình thương và hiểu biết cho con người nơi đây, để mỗi ngày cuộc sống càng có ý nghĩa.

CHƯƠNG 6

PHẬT GIÁO ZAMBIA: NHỊP CẦU TỪ ÁI

1. Đất nước, văn hóa và tôn giáo nước Zambia

1.1. Đất nước: Nội lục và Thủy nguồn

1.2. Văn hóa: Sự thống nhất trong đa dạng (One Zambia, One Nation)

1.3. Tôn giáo: Quốc gia Kitô giáo đặc biệt

2. Phật giáo nước Zambia

2.1. Quy mô và cộng đồng

2.2. Trung tâm Phật giáo Zambia (Buddhist Center of Zambia)

2.3. Hiệp hội Phật giáo Zambia (The Buddhist Association of Zambia)

2.4. Trung tâm Vedanta Ramakrishna

(Ramakrishna Vedanta Centre)

2.5. Chùa Thiếu Lâm (Shaolin Temple)

3. Sự hiện diện của Phật giáo ở các khu dân nghèo (slums)

4. Phật giáo Zambia: Sứ mệnh nhân đạo và khát vọng đổi thay.

* * *

1. ĐẤT NƯỚC, VĂN HÓA VÀ TÔN GIÁO NƯỚC ZAMBIA

Zambia – quốc gia được mệnh danh là "Vùng đất của những thác nước hùng vĩ" và là một trong những quốc gia thanh bình nhất khu vực.

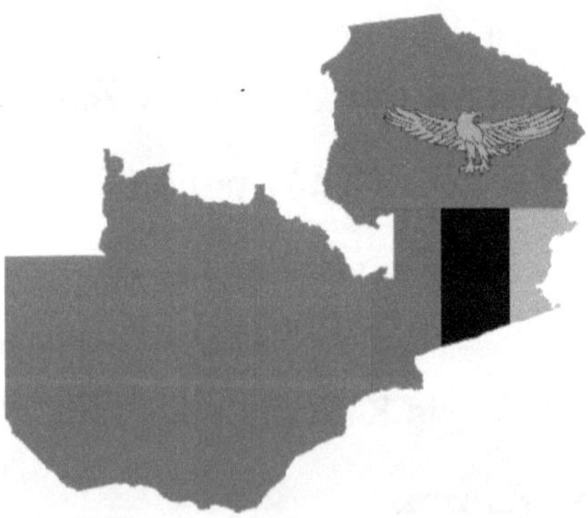

Photo: Bản đồ và cờ nước Zambia.[19]

Dưới đây là bức tranh tổng quan về đất nước, văn hóa và tôn giáo của Zambia để bạn có thêm tư liệu cho cuốn sách của mình:

19. Map and National Flag of Zambia. Source: Google / Wikimedia Commons. This file is licensed under the Creative Commons Attribution-Share Alike 3.0, Unported license, File:Flag map of Zambia.svg, Wikimedia Commons, https://commons.wikimedia.org/wiki/File:Flag_map_of_Zambia.svg.

1.1. Đất nước: Nội lục và Thủy nguồn

Khác với Kenya có biển, Zambia là một quốc gia nội lục (không giáp biển) nhưng lại sở hữu nguồn tài nguyên nước cực kỳ phong phú:

Địa hình: Zambia nằm trên một cao nguyên rộng lớn, bị chia cắt bởi những thung lũng sông sâu. Đáng chú ý nhất là sông **Zambezi** – huyết mạch của cả vùng Nam Phi.

Thác Victoria (Mosi-oa-Tunya): Đây là báu vật quốc gia, một trong bảy kỳ quan thiên nhiên thế giới. Người địa phương gọi thác là "Khói sấm" vì bụi nước bốc cao và tiếng vang kinh thiên động địa.

Ni sư TN Giới Hương vào quy y cho các con nai, tê giác và nhiều loài thú Zambia tại Lusaka National Park, Ngwerere, Lusaka, nước Đông Phi, Zambia, ngày 03/01/2026.

Tài nguyên: Zambia là một trong những quốc gia sản xuất **đồng (copper)** lớn nhất thế giới, điều này định hình nên nền kinh tế và cả lịch sử chính trị của họ.

1.2. Văn hóa: Sự thống nhất trong đa dạng (One Zambia, One Nation)

Văn hóa Zambia được gắn kết bởi khẩu hiệu quốc gia "Một Zambia, Một Quốc gia" để đoàn kết hơn 70 nhóm dân tộc:

Ngôn ngữ: Tiếng Anh là ngôn ngữ chính thức dùng trong giáo dục và kinh doanh. Tuy nhiên, có 7 ngôn ngữ bản địa chính, trong đó tiếng **Bemba** và tiếng **Nyanja** là phổ biến nhất.

Lễ hội truyền thống: Zambia có rất nhiều lễ hội bộ tộc đặc sắc. Nổi tiếng nhất là lễ hội **Kuomboka** của người Lozi – một cuộc diễu hành bằng thuyền rực rỡ khi đức vua di chuyển từ vùng lũ lụt đến vùng đất cao hơn.

Tinh thần hiếu khách: Người Zambia nổi tiếng với sự hiền hòa, nụ cười thân thiện và tính cách tránh xung đột.

Ẩm thực: Giống như Kenya có Ugali, Zambia có món **Nshima** (bột ngô nấu đặc). Nshima thường được ăn kèm với cá từ sông Zambezi hoặc các loại rau rừng.

1.3. Tôn giáo: Quốc gia Kitô giáo đặc biệt

Tôn giáo ở Zambia có một điểm hiến định rất đặc biệt so với các quốc gia láng giềng:

Tuyên bố là Quốc gia Kitô giáo: Năm 1991, Zambia chính thức ghi vào hiến pháp mình là một "Quốc gia Kitô giáo", dù vẫn bảo vệ quyền tự do tôn giáo cho tất cả mọi người.

Tỷ lệ: Khoảng **95%** dân số theo Kitô giáo (bao gồm Công giáo và rất nhiều giáo phái Tin Lành). Nhà thờ là trung tâm của các hoạt động xã hội và giáo dục.

Các tôn giáo khác: Khoảng 5% còn lại bao gồm Hồi giáo (chủ yếu trong cộng đồng gốc Á), Ấn Độ giáo và một số ít theo **Phật giáo** (tập trung tại các trung tâm đô thị lớn như Lusaka và khu vực vành đai đồng Copperbelt).

Tín ngưỡng bản địa: Các quan niệm về tâm linh tổ tiên và các nghi lễ truyền thống vẫn tồn tại song song, hòa quyện vào đời sống đức tin hằng ngày của người dân.

2. PHẬT GIÁO NƯỚC ZAMBIA

Zambia đón chúng tôi bằng sự hiền hòa của những thảo nguyên bao la và sự chân chất của những con người sống giữa lòng thiên nhiên hoang sơ. Trong bức tranh tôn giáo đa dạng nơi đây, Phật giáo đang hiện diện và đang phát triển đầy hứa hẹn, gắn liền với các hoạt động nhân đạo và giáo dục tương tự như mô hình tại Kenya.

Dưới đây là các thông tin chi tiết về Phật giáo tại quốc gia này:

2.1. Quy mô và cộng đồng

Tỷ lệ: Tương tự như Kenya, Phật giáo tại Zambia chiếm tỷ lệ rất thấp (khoảng dưới **0.1%** dân số).

Thành phần: Ban đầu, đạo Phật hiện diện thông qua các cộng đồng người gốc Á (như Trung Quốc, Việt Nam, Ấn Độ) làm việc trong lĩnh vực xây dựng và khai thác đồng. Tuy nhiên, điểm khác biệt lớn của Zambia là sự xuất hiện của các trung tâm do người bản địa điều hành với tốc độ lan tỏa nhanh.

2.2. Trung tâm Phật giáo Zambia (Buddhist Center of Zambia)

Đây là trụ cột của Phật giáo tại quốc gia này, nằm ở thủ đô **Lusaka**.

Người sáng lập: Hòa thượng **Bhante Buddharakkhita** (người Uganda). Ông là một trong những nhà sư gốc Phi tiên phong, người đã mang giáo pháp từ châu Á về phục vụ chính người dân châu Phi.

Hoạt động chính: Trung tâm không chỉ dạy thiền mà còn tập trung mạnh vào **Phật giáo dấn thân**. Họ cung cấp nước sạch, hỗ trợ thực phẩm cho người nghèo và điều hành các chương trình giáo dục cho trẻ em.

2.3. Hiệp hội Phật giáo Zambia (The Buddhist Association of Zambia)

Đây là tổ chức đại diện chính thức, đóng vai trò kết nối giữa các nhóm Phật tử khác nhau:

Đa dạng hệ phái: Tại Zambia, bạn có thể tìm thấy sự hiện diện của cả Nam tông (Theravada), Bắc tông (Mahayana) và đôi khi là Phật giáo Tây Tạng thông qua các nhóm tu tập nhỏ.

Trung tâm Phật giáo Diệu Pháp (Wonderful Dharma Buddhist Center): Đây là một địa điểm đáng chú ý khác tại Lusaka, thường xuyên tổ chức các khóa tu và hoạt động thiện nguyện, thu hút cả người nước ngoài và người địa phương.

2.4. Trung tâm Vedanta Ramakrishna (Ramakrishna Vedanta Centre)

Đây là một cơ sở liên quan đến triết học và tâm linh Ấn Độ nhưng có mối liên kết chặt chẽ với các hoạt động thiền định Phật giáo.

Địa chỉ: Plot 8100, Nsunzu Road, P.O. Box 31332, Lusaka, Zambia.

Hoạt động: Nơi đây thường xuyên tổ chức các buổi thiền định, cấp phát thực phẩm và hỗ trợ y tế cho người nghèo.

2.5. Chùa Thiếu Lâm (Shaolin Temple)

Shaolin Temple
Plot No.1085, Ngwerere street, Ngwerere Area,
Lusaka, Zambia,
Phone: +260 96 0803431

Chùa Thiếu Lâm Zambia (Zambia Shaolin Temple)
là chi nhánh của Chùa Thiếu Lâm Trung Quốc, một biểu tượng vô cùng đặc biệt của Phật giáo tại đất nước Zambia này. Đây không chỉ là một ngôi chùa, mà còn là một trung tâm văn hóa và nhân đạo, nơi võ thuật Thiếu Lâm được sử dụng như một phương tiện để chuyển hóa cuộc sống của những người nghèo khổ.

Toàn cảnh khuôn viên Chùa Thiếu Lâm rộng lớn nguy nga, ngày 03/01/2026.

2.5.i. Sự hình thành và Sứ mệnh

Khởi đầu: Chùa được khánh thành chính thức vào năm **2021** (sau vài năm xây dựng) tại khu vực Ngwerere, ngoại ô Lusaka. Đây là ngôi chùa Thiếu Lâm chính thống đầu tiên được xây dựng tại Zambia.

Người dẫn dắt: Chùa được điều hành bởi các võ sư/nhà sư đến từ chùa Thiếu Lâm Tung Sơn (Trung Quốc), tiêu biểu là Hòa thượng **trụ trì Yan Lun**.

Sứ mệnh: Thay vì chỉ tập trung vào tụng kinh, chùa xác định sứ mệnh là **"Thay đổi cuộc đời qua giáo dục và kỷ luật"**. Chùa tập trung giúp đỡ những trẻ em mồ côi và trẻ em nghèo từ các khu ổ chuột (Compounds) lân cận.

2.5.ii. Kiến trúc và Không gian

Phong cách: Mang đậm nét kiến trúc truyền thống Trung Hoa với mái ngói cong, tường đỏ và các bức tượng Phật oai nghiêm.

Phật vàng tại Chánh điện Chùa Thiếu Lâm Zambia, ngày 03/01/2026.

Quy mô: Bao gồm Chánh điện, nhà tổ, thiền đường và đặc biệt là một **sân tập võ rộng lớn**.

Sự hòa quyện: Giữa không gian mang hơi thở Á Đông là khung cảnh thiên nhiên đặc trưng của Zambia với những hàng cây phượng tím và đất đỏ, tạo nên một sự giao thoa thị giác rất thú vị.

2.5.iii. Mô hình "Học đường - Võ đường - Chùa"

Đây là điểm độc đáo nhất mà bạn nên nhấn mạnh trong sách:

Nuôi dạy trẻ em: Chùa hiện đang nuôi dưỡng và giáo dục hoàn toàn miễn phí cho hàng chục trẻ em mồ côi địa phương. Các em được ăn ở, học văn hóa và học võ tại chùa.

Kỷ luật Thiếu Lâm: Các em nhỏ người Zambia tại đây thức dậy từ sớm, mặc áo lam hoặc áo võ nâu, tụng kinh bằng tiếng Phạn/ Hán và tập luyện những bài quyền cước của Thiếu Lâm Tự.

Mục tiêu xã hội: Việc tập võ không phải để đánh nhau mà để rèn luyện tính kỷ luật, sự tự tin và sức khỏe, giúp các em tránh xa tệ nạn ma túy và trộm cắp vốn rất phổ biến trong các khu nghèo ở Lusaka.

Các thế võ Kung-fu được vẽ trên tường Chùa Thiếu Lâm, ngày 03/01/2026.

2.5.iv. Tác động cộng đồng và Hoạt động Nhân đạo

Nguồn nước sạch: Chùa đã khoan giếng và cung cấp nước sạch miễn phí cho cư dân trong vùng Ngwerere, nơi vốn rất thiếu thốn nước sạch.

Từ thiện: Chùa thường xuyên tổ chức các buổi phát gạo, thực phẩm cho người già và những người có hoàn cảnh đặc biệt khó khăn trong các khu Compounds.

Hòa nhập văn hóa: Dù là một cơ sở Phật giáo của người Hoa, nhưng chùa đã nhận được sự ủng hộ lớn từ chính phủ Zambia và cộng đồng Kitô giáo địa phương nhờ những đóng góp thiết thực cho an sinh xã hội.

Một sư thầy Trung Quốc nhận sách và quà cúng dường của Ni sư Giới Hương tại Chùa Thiếu Lâm, ngày 03/01/2026.

3. SỰ HIỆN DIỆN CỦA PHẬT GIÁO Ở CÁC KHU DÂN NGHÈO

Zambia có các khu định cư tự phát và khu ổ chuột, thường được gọi là các **"Compounds"** (Khu phức hợp). Các chùa Thiếu

Lâm, Trung tâm Phật giáo Zambia… thường xây gần các khu dân nghèo này để độ sanh.

Yên bình và thánh thoát nơi cửa Phật, ngày 03/01/2026.

3.1. Bản chất của các "Compounds" tại Zambia

Khác với các khu ổ chuột tập trung dày đặc như Kibera ở Kenya, các khu Compounds ở Zambia (đặc biệt là quanh Lusaka) thường là sự kết hợp giữa các ngôi nhà tự xây bằng gạch không nung và những con hẻm hẹp:

Mật độ: Rất cao, với điều kiện vệ sinh kém và thiếu nước sạch.

Các khu vực điển hình: Misisi, Chibolya, Kanyama và **George Compound**. Trong đó, Misisi thường được coi là một trong những khu vực nghèo nhất châu Phi cận Sahara.

3.2. Sự hiện diện của các tổ chức Phật giáo tại các khu vực này

Các trung tâm Phật giáo như **Shaolin Temple Zambia** và **Buddhist Center of Zambia** chọn đặt cơ sở gần các khu vực này (như vùng Ngwerere) để:

Giáo dục miễn phí: Cung cấp trường học cho trẻ em từ các Compounds vốn không có khả năng đóng học phí.

Cứu trợ lương thực: Các buổi phát cơm và nhu yếu phẩm thường hướng đến cư dân tại đây.

Võ thuật và Kỷ luật: Chùa Thiếu Lâm sử dụng võ thuật để giúp thanh thiếu niên trong các khu ổ chuột tránh xa tệ nạn, ma túy và băng nhóm – vốn là những vấn nạn nhức nhối trong các khu Compounds.

Ni sư Giới Hương thăm và tặng kẹo cho các trẻ em Làng Ngwerere, Lusaka, Zambia, ngày 03/01/2026.

Bên trong chùa/trung tâm thiền: Là không gian của sự tĩnh lặng, kỷ luật, màu áo lam/vàng và tiếng tụng kinh.

Bên ngoài cổng chùa: Là nhịp sống hối hả, nghèo khó và bụi bặm của các khu Compounds.

Sự kết nối: Phật giáo không trốn tránh thực tại mà đang vươn tay vào những nơi khó khăn nhất của Zambia để mang lại hy vọng.

Khu **Ngwerere** nơi Chùa Thiếu Lâm tọa lạc chính là một khu vực bán nông thôn bao quanh bởi các cộng đồng nghèo. Việc chùa cung cấp nước sạch miễn phí từ giếng khoan của mình cho dân địa phương là một hình ảnh rất đẹp về lòng từ bi.

4. PHẬT GIÁO ZAMBIA: SỨ MỆNH NHÂN ĐẠO VÀ KHÁT VỌNG ĐỔI THAY

Tại Zambia, Phật giáo không chỉ dừng lại ở triết lý thiền định trong những bức tường tự viện, mà đã dấn thân mạnh mẽ vào đời sống xã hội, trở thành một cánh tay nối dài trong công cuộc xóa đói giảm nghèo và cải thiện đời sống cho người dân bản địa.

4.1. Xóa đói giảm nghèo và Cải thiện đời sống Thông qua các cơ sở như **Chùa Thiếu Lâm Zambia** và **Trung tâm Phật giáo Zambia**, các tổ chức này đã trực tiếp chạm đến những khu vực nghèo khó nhất (các "Compounds").

An ninh lương thực: Chùa thường xuyên tổ chức các buổi cấp phát thực phẩm, gạo và nhu yếu phẩm cho người già neo đơn và các gia đình đặc biệt khó khăn.

Nguồn nước sạch: Một trong những đóng góp thiết thực nhất là việc lắp đặt các hệ thống giếng khoan công nghiệp. Tại những vùng ngoại ô như Ngwerere, việc cung cấp nước sạch miễn phí từ chùa đã giúp hàng ngàn người dân phòng tránh được các bệnh truyền nhiễm và cải thiện chất lượng sống cơ bản.

4.2. Nâng cao học vấn và Kiến tạo tương lai Phật giáo tại Zambia đặc biệt chú trọng vào giáo dục như một công cụ cốt lõi để phá vỡ vòng vây nghèo đói:

Mô hình Trường học miễn phí: Nhiều trẻ em mồ côi và trẻ em nghèo không có khả năng đóng học phí đã được chùa nhận nuôi dưỡng và cho đi học văn hóa hoàn toàn miễn phí.

Kỷ luật và Kỹ năng: Sự kết hợp giữa giáo dục phổ thông và kỷ luật võ thuật tại Chùa Thiếu Lâm giúp trẻ em rèn luyện ý chí, tránh xa các tệ nạn xã hội như ma túy và tội phạm vốn đang bủa vây các khu ổ chuột.

Cùng các trẻ em Zambia trước chùa Thiếu Lâm, ngày 03/01/2026.

4.3. Chăm sóc Sức khỏe và Tinh thần Bên cạnh các hoạt động từ thiện vật chất, Phật giáo Zambia còn mang lại những giá trị sức khỏe bền vững:

Hỗ trợ y tế: Các phái đoàn Phật giáo thường xuyên phối hợp tổ chức các đợt khám chữa bệnh, phát thuốc miễn phí và hỗ trợ các thiết bị y tế cho người khuyết tật tại các vùng sâu vùng xa.

Trị liệu tinh thần: Các khóa tu thiền được mở rộng cho người dân địa phương giúp họ tìm thấy sự bình an nội tại, giảm bớt căng thẳng (stress) và áp lực tâm lý từ cuộc sống mưu sinh khắc nghiệt.

Bằng lòng từ bi không biên giới, Phật giáo Zambia đang dần khẳng định vai trò là một "người bạn đồng hành" tin cậy của người dân nơi đây. Ánh sáng của giáo pháp không chỉ mang lại sự an lạc trong tâm hồn mà còn đang trực tiếp thắp sáng hy vọng về một tương lai tươi sáng hơn, nơi người dân có cơm ăn, áo mặc, được học hành và có một sức khỏe tốt hơn mỗi ngày.

CHƯƠNG 7

PHẬT GIÁO TẠI ETHIOPIA: MỘT MẦM SỐNG MỚI TRÊN VÙNG ĐẤT CỦA TRÍ TUỆ CỔ XƯA

1. Quốc gia, Văn hóa và Tôn giáo tại Ethiopia

1.1. Quốc gia: Cội nguồn của nền văn minh cổ đại

1.2. Văn hóa: Sự đoàn kết và Kiên cường

1.3. Tôn giáo: Một bức tranh đang chuyển mình

2. Phật giáo tại Ethiopia

2.1. Bối cảnh lịch sử

2.2. Thực hành Chánh niệm

2.3. Sự tương tức và Triết học Ethiopia

2.4. Triển vọng tương lai

* * *

1. QUỐC GIA, VĂN HÓA VÀ TÔN GIÁO TẠI NƯỚC ETHIOPIA

1.1. Quốc gia: Cội nguồn của nền văn minh cổ đại

Một vùng đất tự chủ: Ethiopia là một quốc gia nội lục với địa hình hiểm trở thuộc vùng Sừng châu Phi, nổi tiếng là một trong số ít các quốc gia châu Phi giữ vững được nền độc lập, không bị khuất phục trước ách đô hộ của thực dân châu Âu.

Bản đồ và Lá cờ của nước Ethiopia.[20]

Mái nhà của châu Phi: Giống như Rwanda, Ethiopia đặc trưng bởi phong cảnh miền núi hùng vĩ và những cao nguyên rộng lớn, mang lại cho quốc gia này biệt danh "Mái nhà của châu Phi".

1.2. Văn hóa: Sự đoàn kết và Kiên cường

Truyền thống sâu dày: Văn hóa Ethiopia bám rễ sâu trong các truyền thống truyền miệng cổ xưa, nền âm nhạc độc đáo và lòng tự hào dân tộc mạnh mẽ.

20. Bản đồ và Lá cờ của nước Ethiopia.
Ibrahimkash, CC BY-SA 4.0 <https://creativecommons.org/licenses/by-sa/4.0>, via Wikimedia Commons. https://commons.wikimedia.org/wiki/File:Flag_map_of_Ethiopia_(1996%E2%80%932009).png

Tinh thần cộng đồng: Tương tự như triết lý **Ubuntu** tại Uganda, Rwanda và các quốc gia châu Phi khác, Ethiopia đề cao sự gắn kết phổ quát về chia sẻ và hỗ trợ cộng đồng như những trụ cột cốt lõi của đời sống xã hội.

1.3. Tôn giáo: Một bức tranh đang chuyển mình

Cội rễ cổ xưa: Ethiopia lịch sử là một trong những quốc gia Kitô giáo lâu đời nhất thế giới, với bức tranh tôn giáo chủ yếu được định hình bởi Chính thống giáo Ethiopia và Hồi giáo.

Chính thống giáo Tewahedo Ethiopia: Đây là một trong những giáo phái Kitô giáo cổ nhất thế giới và là lực lượng tôn giáo thống trị tại Ethiopia trong nhiều thế kỷ.

Sự trỗi dậy của Tin Lành: Tương tự như sự chuyển dịch tại các lục địa khác của Châu Phi, những nă m gần đây đã chứng kiến sự gia tăng đáng kể của các phong trào Tin Lành và Ngũ Tuần.

Hồi giáo: Có mặt tại châu Phi từ thời Tiên tri Muhammad, cộng đồng Hồi giáo ngày nay được tôn trọng và hòa nhập sâu sắc vào lòng dân tộc.

Núi Entoto, Ethiopia (Ngày 05/01/2026):
Một người phụ nữ địa phương đang lấy nước từ giếng sâu truyền thống. Nằm ở vùng cao ngoại ô thủ đô Addis Ababa, Núi Entoto này không chỉ là một di tích lịch sử quan trọng mà còn là nơi diễn ra các hoạt động lao động thiết yếu hàng ngày của cộng đồng dân cư nơi đây.

Phật giáo: Một mầm chồi mới: Phật giáo là một sự hiện diện tương đối mới mẻ và đang dần phát triển tại Ethiopia kể từ thế kỷ 20, thường được đưa vào bởi những người nước ngoài và những người bản địa trở về sau quá trình học tập tại nước ngoài.

Niềm tin bản địa: Dù nhiều người theo các tôn giáo toàn cầu, việc tôn thờ Đấng Sáng Tạo nhân từ và sự hướng dẫn của tổ tiên vẫn là một trụ cột văn hóa quan trọng.

Ni sư TN Giới Hương tại Hoàng cung Menelik II (còn gọi là Great Ghebbi), Núi Entoto, Addis Ababa, Ethiopia, ngày 05/01/2026.

2. PHẬT GIÁO TẠI ETHIOPIA

2.1. Bối cảnh lịch sử

Vì bản sắc tôn giáo của Ethiopia đã bám rễ sâu vào Chính thống giáo và Hồi giáo, Phật giáo chỉ mới được du nhập vào quốc gia này gần đây thông qua:

Cộng đồng ngoại giao và người nước ngoài: Sự hiện diện ban đầu thường bắt nguồn từ các nhân viên quốc tế và các nhà ngoại giao đến từ các quốc gia châu Á.

Những người trở về từ nước ngoài: Những người Ethiopia

từng học tập hoặc làm việc tại các nước châu Á hoặc phương Tây đã mang theo triết học Phật giáo về quê hương.

Ni sư TN Giới Hương tại Đại học Addis Ababa, Ethiopia, ngày 05/01/026.

Tấm biểu ngữ phía trên ghi: "Trường Đại học chúc mừng Thủ tướng Dr. Abiy Ahmed nhận giải Nobel Hòa bình năm 2019." Điều này nói lên tinh thần đoàn kết, kiên cường và tài giỏi của Châu Phi.

2.2. Thực hành Chánh niệm

Phật giáo tại Ethiopia không biểu hiện qua các ngôi chùa lớn hay tăng đoàn chính quy, mà theo mô hình "quần chúng":

Thiền tại gia: Các nhóm nhỏ thường gặp gỡ tại nhà riêng để thực hành thiền **Vipassana** (Thiền Quán) hoặc **Zen** (Thiền tông), tập trung vào sự bình an nội tại hơn là cải đạo chính thức.

Lợi ích tâm lý: Sự quan tâm của cư dân đô thị tại Addis Ababa chủ yếu xoay quanh lợi ích của chánh niệm trong việc giải tỏa các áp lực hiện đại.

Trên đỉnh núi Entoto linh thiêng tại Addis Ababa, Ni sư TN Giới Hương đã có những khoảnh khắc kết nối đầy hoan hỷ khi chia sẻ bánh kẹo cho trẻ em địa phương vào ngày 05/01/2026. Sự trao đi đầy tình thân "Give a Gift – Get a Smile" này diễn ra trong chuyến thực tế nghiên cứu văn hóa Phật giáo khắp vùng Đông Phi, góp phần kết nối các nền văn hóa thông qua những nụ cười sẻ chia.

2.3. Sự tương tức và Triết học Ethiopia

Sự phát triển của Phật giáo tại đây luôn hài hòa với các giá trị địa phương. Khái niệm **Tương tức** của Phật giáo rất tương đồng với triết lý **Ubuntu** của châu Phi — niềm tin rằng nhân cách của chúng ta gắn kết mật thiết với nhau.

2.4. Triển vọng tương lai

Dù vẫn là một tôn giáo thiểu số, sự hiện diện của các nhóm nghiên cứu trẻ tại các thành phố lớn như Addis Ababa báo hiệu một tương lai tươi sáng cho Đạo pháp tại quốc gia kiên cường này. Chánh niệm đang được đón nhận như một "liều thuốc tâm lý quý giá" cho những ai tìm kiếm sự bình an trong một xã hội đang thay đổi nhanh chóng.

CHƯƠNG 8

PHẬT GIÁO TẠI CỘNG HÒA DÂN CHỦ CONGO: ÁNH SÁNG NIẾT BÀN GIỮA TRÁI TIM CHÂU LỤC

1. Đất nước, Văn hóa và Tôn giáo của Cộng hòa Dân chủ Congo (CHDC Congo)

1.1. Đất nước: Một "Mỏ kim cương" giữa lòng rừng rậm

1.2. Văn hóa: Nhịp điệu và Nghệ thuật của Bản sắc

1.3. Tôn giáo: Một đức tin mạnh mẽ

2. Phật giáo tại Cộng hòa Dân chủ Congo (CHDC Congo)

2.1. Nguồn gốc và Sự hình thành

2.2. Các hệ phái Phật giáo chính

2.3. Vị Thầy Congo đầu tiên tại CHDC Congo

* * *

1. ĐẤT NƯỚC, VĂN HÓA VÀ TÔN GIÁO CỦA NƯỚC CỘNG HÒA DÂN CHỦ CONGO (CHDC CONGO)

Cộng hòa Dân chủ Congo (CHDC CONGO) là một quốc gia thực sự phi thường nằm tại "trái tim" của Châu Phi. Để phân biệt với nước láng giềng là Cộng hòa Congo (Congo-Brazzaville), quốc gia này thường được gọi là Congo-Kinshasa.

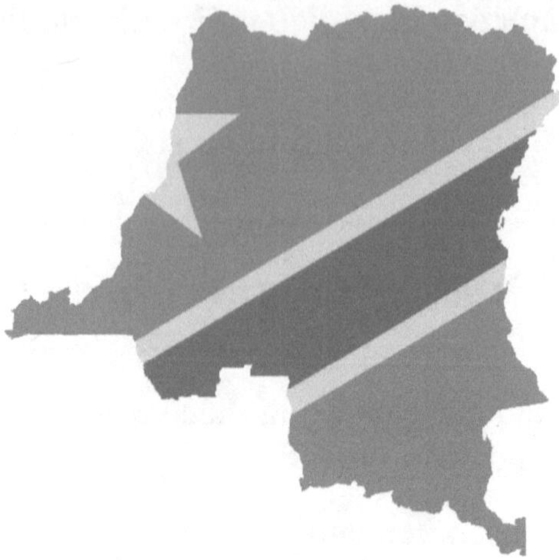

Bản đồ và Quốc kỳ của Cộng hòa Dân chủ Congo. [21]

Dưới đây là phần tổng quan về đất nước, văn hóa và tôn giáo của quốc gia này:

1.1. Đất nước: Một "Mỏ kim cương" giữa lòng rừng rậm Cộng hòa Dân chủ Congo (CHDC Congo) là một quốc gia thực sự phi thường nằm tại "trái tim" của Châu Phi. Để phân biệt với nước láng giềng là Cộng hòa Congo (Congo-Brazzaville), quốc gia này thường được gọi là Congo-Kinshasa.

Địa lý: Phần lớn lãnh thổ nằm trong lưu vực sông Congo—nơi có con sông sâu nhất thế giới. Quốc gia này sở hữu diện tích rừng mưa nhiệt đới lớn thứ hai toàn cầu (chỉ sau Amazon).

Tài nguyên: Được mệnh danh là "vùng đất của kho báu," nơi đây nắm giữ trữ lượng khổng lồ về đồng, coban (thiết yếu cho pin xe điện), kim cương và vàng. Tuy nhiên, một cách nghịch lý, CHDC Congo vẫn nằm trong số những quốc gia nghèo nhất thế giới do hậu quả của chiến tranh và bất ổn.

21. Funafuti Tuvalu, Bản đồ và Quốc kỳ của Cộng hòa Dân chủ Congo (Flag-Map of the Democratic Republic of the Congo), Wikimedia Commons, licensed under Creative Commons Attribution-ShareAlike 4.0 International.

Thành phố: Thủ đô Kinshasa là một siêu đô thị sôi động nằm đối diện trực tiếp với Brazzaville (thủ đô của Cộng hòa Congo) qua sông Congo. Đây là cặp thủ đô nằm gần nhau nhất trên thế giới.

1.2. Văn hóa: Nhịp điệu và Nghệ thuật của Bản sắc Văn hóa của CHDC Congo là sự hòa quyện của hơn 200 nhóm sắc tộc (chủ yếu là người Bantu), tạo nên một bản sắc vô cùng đa dạng.

Âm nhạc & Nhảy múa: Đây là "vũ khí" văn hóa mạnh mẽ nhất của CHDC Congo. Nhạc Rumba Congo đã được UNESCO công nhận là Di sản văn hóa phi vật thể của nhân loại. Nhạc Soukous với nhịp điệu nhanh, sôi động có nguồn gốc từ CHDC Congo đã lan tỏa và ảnh hưởng khắp Châu Phi.

Phong cách La Sape: Một đặc điểm văn hóa độc đáo nơi những người đàn ông (được gọi là Sapeurs), dù sống trong điều kiện khó khăn, vẫn diện những bộ trang phục hàng hiệu cực kỳ sang trọng và lịch lãm để tôn vinh sự tự trọng và niềm vui sống.

Ẩm thực: Món ăn chính là Fufu (một loại thực phẩm dẻo làm từ sắn hoặc bột ngô), ăn kèm với các loại nước sốt lá xanh (như Saka Saka) hoặc thịt rừng và cá từ sông Congo.

1.3. Tôn giáo: Một niềm tin mạnh mẽ Tôn giáo đóng vai trò cực kỳ quan trọng trong đời sống tinh thần và đóng vai trò như chất keo xã hội tại CHDC Congo.

Cơ đốc giáo (Chiếm đa số tuyệt đối - khoảng 95%):

Công giáo La Mã: Chiếm khoảng 50% dân số. Giáo hội Công giáo tại đây có ảnh hưởng chính trị và xã hội to lớn, thường xuyên tham gia vào các hoạt động cứu trợ và giám sát bầu cử.

Tin Lành: Chiếm khoảng 20-30%.

Giáo phái Kimbangu: Một tôn giáo bản địa đặc sắc của Congo do Simon Kimbangu sáng lập vào những năm 1920. Nó kết hợp các giáo lý Cơ đốc với các yếu tố truyền thống và tinh thần dân tộc.

Hồi giáo, Phật giáo & Tín ngưỡng truyền thống: Chiếm một tỷ lệ nhỏ (khoảng 1-2%). Nhiều người vẫn duy trì niềm tin vật linh và thờ cúng tổ tiên song hành cùng đức tin Cơ đốc của họ.

2. PHẬT GIÁO TẠI CỘNG HÒA DÂN CHỦ CONGO (CHDC CONGO)

Phật giáo tại Cộng hòa Dân chủ Congo là một hiện tượng tôn giáo khá độc đáo. Không giống như ở các nước Châu Á, Phật giáo không phải là tôn giáo truyền thống tại đây và chỉ chiếm một tỷ lệ rất nhỏ (chưa đến 0,1% dân số). Tuy nhiên, sự hiện diện của nó đang dần tăng lên nhờ vào toàn cầu hóa và nhu cầu tìm kiếm sự bình an nội tâm.

2.1. Nguồn gốc và Sự hình thành Phật giáo được **truyền vào CHDC Congo chủ yếu qua hai con** đường:

Cộng đồng nhập cư: Sự xuất hiện của các cộng đồng người Á Đông (đặc biệt là Sri Lanka, Trung Quốc, Nhật Bản, Tây Tạng, Nepal, Ấn Độ, Việt Nam...) đến CHDC Congo để kinh doanh và phát triển hạ tầng đã mang theo các nghi lễ và niềm tin Phật giáo.

Người bản địa tìm kiếm triết lý mới: Một bộ phận người dân Congo, đặc biệt là tầng lớp trí thức tại các thành phố lớn như Kinshasa, bắt đầu tiếp cận Phật giáo thông qua sách báo, internet và thực hành thiền định để giảm bớt áp lực cuộc sống và những biến động xã hội.

2.2. Các hệ phái Phật giáo chính Sự hiện diện của Phật giáo tại CHDC Congo không tập trung vào một nhánh duy nhất mà khá đa **dạng:**

Phật giáo Nguyên thủy (Theravada): Được đại diện bởi bốn ngôi chùa Nirvana tại Lubumbashi, Mwene-Ditu, Kananga và

Source Mikalo do Sư Bhante Pannabodhi đứng đầu. Những nơi này có cộng đồng lớn các gia đình Phật tử địa phương thường xuyên đến thiền định, tụng kinh, học Kinh và Luật.

Hai vị Sư trẻ thuộc hệ phái Nam truyền (Theravada) tại Cộng hòa Dân chủ Congo: Sư trụ trì Bhante Pannabodhi (bên phải) và Sư Bhante Bodhidhamma tại Chùa Nirvanate. Ảnh chụp ngày 07/ 01/2026.

Soka Gakkai International (SGI): Đây là tổ chức Phật giáo tại CHDC CONGO, đặc biệt phát triển tại thủ đô Kinshasa. SGI thu hút nhiều người dân địa phương thông qua thông điệp về hòa bình, tự hoàn thiện bản thân và thực tế là nó không yêu cầu từ bỏ hoàn toàn các phong tục địa phương.

Trung tâm Thiền Kinshasa: Nằm tại nhà của một Phật tử theo truyền thống Đại thừa, trung tâm này được thành lập sau khi Sư Bhante Pannabodhi tặng tượng Phật, xâu chuỗi, chuông tụng kinh... để thiết lập bàn thờ Phật và nơi thiền định. Từ đó, nhiều người dân địa phương có thể đến thực hành thiền và học Phật pháp.

Thiền tông và Phật giáo Tây Tạng: Một số trung tâm hoặc nhóm thực hành thiền theo trường phái Thiền tông hoặc Phật giáo Tây Tạng, tập trung vào chánh niệm cũng như đào tạo các sa di trẻ như Chùa Du Bouddhisme (làng Katuba 1) và hơn 10 trung tâm của Drupon Khen Lhau Rinpoche (Drolung - Quỹ Phật giáo Quốc tế).

Chùa Phật giáo (tại làng Katuba 1). Dưới sự dẫn dắt (từ xa) của Ngài Dilgo Khyentse Yangsi Rinpoche. Ngày 07/ 01/2026.

Chánh điện theo Phật giáo Tây Tạng của Ngài Drupon Khen Rinpoche (Drolung – Hội Phật giáo Quốc tế), góc đường số 13, Uenba, thành phố Lubumbashi, Cộng hòa Dân chủ Congo. Ngày 07/01/2026.

2.3. Vị thầy Congo đầu tiên tại CHDC Congo

Nền móng của Phật giáo tại Cộng hòa Dân chủ Congo được đặt bởi cố Hòa thượng Bodhiraja Sapanno (tên khai sinh là Tshibanda Mbiya Benoit, 1949–2017). Bắt đầu sứ mệnh của mình từ những năm 1960, ngài đã cống hiến cả cuộc đời để giới thiệu Giáo pháp và thiền định đến một vùng đất mà những thực hành này còn xa lạ.

Cố Hòa thượng Bodhiraja Sapanno (giữa) và con trai Ngài, Pannabodhi (bên phải, mặc áo trắng), tại Chùa Nirvana ở Lubumbashi, năm 2013. Vào thời điểm đó, Pannabodhi vẫn còn là một cư sĩ.

Thông qua những nỗ lực không mệt mỏi, ngài đã thiết lập một mạng lưới các trung tâm thiền định. Ngày nay, bốn ngôi chùa Nirvana chính tiếp tục di sản của ngài:

a. Lubumbashi: Trên khu đất rộng 30m x 40m, chùa Nirvana bao gồm chánh điện, phòng khách, nhà bếp và nơi ở của chư tăng. Đây là một trung tâm tâm linh phát triển, hiện là nơi tu tập của cộng đồng khoảng 300 Phật tử tại gia.

République Démocratique Du Congo
Sangha Du Bouddhisme
Nirvana Temple Lubumbashi, DRC
Bhante Pannabodhi
Phone: +243 997 106 098

Từ trái: Sư Bhante Pannabodhi, Sư Bhante Bodhidhamma, Ni sư TN Giới Hương và cô Mahadeva trước khuôn viên Chùa Nirvana, Lubumbashi, Cộng hòa Dân chủ Congo, ngày 09/01/2026.

Khác với những ngôi chùa đồ sộ và tráng lệ, Chùa Nirvana hiện lên như một ốc đảo bình yên giữa sự hối hả và náo nhiệt của vùng khai thác khoáng sản Lubumbashi. Dù Phật giáo vẫn còn là một tôn giáo khiêm nhường tại một quốc gia nơi các đức tin khác đang hưng thịnh, nhưng sự giản dị và mộc mạc của nơi đây lại toát lên tinh thần nguyên thủy của đạo Phật.

Các Phật tử trong sắc phục Gia đình Phật tử Việt Nam màu lam, đang lắng nghe bài pháp thoại của Ni sư TN Giới Hương tại Chùa Nirvana ở Lubumbashi, ngày 10 /01/2026.

b. Mwene-Ditu: Nằm cách Lubumbashi 1.000 km, phục vụ vùng sâu vùng xa với khoảng 100 Phật tử tại gia.

Gia đình Phật tử Chùa Niết bàn, Mwene-Ditu, đang thưởng thức buổi cơm trưa do Chùa Hương Sen (California), cúng dường. Ngày 11/01/2026.

c. Kananga: Một trung tâm tu học quan trọng tại vùng Kasai (cách Lubumbashi 1.200 km), có khoảng 150 Phật tử tại gia.

Bhante Pannabodhi cùng các em Gia đình Phật tử trong sắc phục truyền thống Hoa Sen Trắng Việt Nam tại Chùa Nirvana, Kananga, vào năm 2020.

d. Source Mikalo: Được Sư Bhante Pannabodhi thành lập năm 2022, tọa lạc trên khu đất rộng 1 hecta tại làng Source Mikalo, cách Lubumbashi 43km.

Ni sư TN Giới Hương trao tặng nhu yếu phẩm và quà bánh cho cộng đồng tại Chùa Nirvana, Làng Source Mikalo. Ảnh chụp trong chuyến thăm của Ni sư vào ngày 09/01/2026.

2.4. Thế hệ lãnh đạo Phật giáo mới – Bhante Pannabodhi

Sau khi vị sáng lập là Hòa thượng Bodhiraja Sapanno viên tịch năm 2017, trách nhiệm lãnh đạo tâm linh được trao cho người con trai ngài là Sư Bhante Pannabodhi (39 tuổi). Cùng với người bạn đồng tu là Sư Bhante Bodhidhamma (36 tuổi), họ tiếp tục dẫn dắt dân làng trên con đường thiền định và lối sống tỉnh thức.

Những vị sư trẻ năng động này là những sứ giả của sự kiên trì, vượt qua nhiều gian khó để gieo những hạt giống Bồ đề đầu tiên trên mảnh đất này.

Sư Pannabodhi và Sư Bodhidhamma hướng dẫn Phật tử thiền hành tại Chùa Nirvana, Lubumbashi, Cộng hòa Dân chủ Congo. Ngày 10/01/2026.

Tháng 7 năm 2017, Hòa thượng Tiến sĩ Pannasekara từ Tanzania (hiện là Tăng thống Phật giáo Châu Phi) đã đến thực hiện nghi thức tang lễ cho cố Hòa thượng Bodhi Raja và chủ trì lễ xuất gia cho con trai của ngài. Điều này cho phép người con bước vào đời sống tu tập, "truyền diệm tục đăng"[22] và tiếp tục chức vụ trụ trì, quản lý hệ thống chùa Nirvana tại Lubumbashi, Kananga, Mwene-Ditu và Source Mikalo.

22. Truyền diệm tục đăng: Các bậc Tổ sư, thầy tổ truyền lại ánh sáng của chính pháp và trí tuệ cho thế hệ học trò (hậu thế).

Một cột mốc quan trọng vào năm 2017:
Sư Pannabodhi (ngồi trên chiếu, ngoài cùng bên phải)
trong lễ thọ giới tại Tích Lan.

Sư Pannabodhi viếng thăm một ngôi chùa tại Huế, Việt Nam,
vào năm 2024. Trong chuyến đi này, Sư đã thỉnh
các bộ đồng phục Gia đình Phật tử Việt Nam
mang về Chùa Niết Bàn, CHDC Congo.

2.5. Đa dạng truyền thống và vai trò của các giảng sư tại gia

Với chỉ hai vị sư Nguyên thủy trẻ đang trú ngụ tại chùa Nirvana,

Phật giáo tại CHDC Congo đã trở thành một "nồi lẩu thập cẩm" sôi động của các truyền thống. Để duy trì cộng đồng, những Phật tử tại gia tâm huyết thường đóng vai trò là giảng sư địa phương, hoạt động dưới sự hướng dẫn từ xa của các Lạt ma Phật giáo từ Nepal, Tây Tạng và Ấn Độ.

Tu viện/ Trung tâm	**Truyền thống**	**Giáo thọ**
Chùa Nirvana Temples (bốn cơ sở): Lubumbashi, Kananga, Mwene-Ditu, and Source Mikalo	Nguyên thủy (Theravada từ Tích Lan)	Bhante Pannabodhi & Bhante Bodhidhamma
Trung tâm Thiền Temple Du Bouddhisme	Tây Tạng (Yanci Rinpoche)	Bác sĩ Sam Ngoyi (nhà sáng lập và giáo thọ là cư sĩ)
	Tây tạng (Nepal/India)	Pháp danh Tensung Genyen Jinpa. Tên đời: Francis Kabwe Kyungu (nhà sáng lập và giáo thọ là cư sĩ) Phone: + 234 997 024 046

Tu viện/ Trung tâm	Truyền thống	Giáo thọ
2.Mokambo Center (cách trụ sở chính 170 cây số) 3.Kasumbalesa center (cách trụ sở chính 90 cây số) 4.Lubumbashi Monastery (cách trụ sở chính 10 cây số) 208 Avenue, Upemba Commune Katuba Ville de Lubumbashi. Có 42 chú điệu nhỏ đang tu tập tại đây. Cạnh đó có một ni viện đang luyện 15 cô ni nhỏ theo Phật giáo Tây Tạng 5. Kinshasa Center (cách trụ sở chính 2000 cây số)	Tây tạng (Nepal/India)	Pháp danh Tensung Genyen Jinpa. Tên đời: Francis Kabwe Kyungu ((nhà sáng lập và giáo thọ là cư sĩ) Phone: + 234 997 024 046

Tu viện/ Trung tâm	Truyền thống	Giáo thọ
6. Kasenga Center (cách trụ sở chính 220 cây số) 7. Kolwesi Center (cách trụ sở chính 330 cây số) 8.Kananga (cách trụ sở chính 1200 cây số) 9. Kipushi Center (cách trụ sở chính 10 cây số) 10. Zamibia Mufuri Center 11. Lububumbashi – Kilolobelobe Center	Tây tạng (Nepal/India)	Pháp danh Tensung Genyen Jinpa. Tên đời: Francis Kabwe Kyungu ((nhà sáng lập và giáo thọ là cư sĩ) Phone: + 234 997 024 046

Sư Bhante Pannabodhi, Sư Bhante Bodhidhamma và Ni sư TN Giới Hương cùng 42 chú tiểu (sa-di) tại Tu viện Lubumbashi. Ngày 07/01/2026.

2.6. Thách thức và Sự kiên cường Phong trào đối **mặt với hai rào cản chính:**

Thiếu hụt cơ sở vật chất: Nhiều học viên thiền định và tụng kinh trong những túp lều hoặc tòa nhà đơn sơ thiếu thốn chánh điện hay tiện nghi hiện đại.

Sự khan hiếm của các bậc xuất gia: Với số lượng tu sĩ rất ít so với một đất nước CHDC Congo rộng lớn, các Phật tử tại gia như Bác sĩ Sam Ngoyi và cư sĩ Tensun Genyen Jima đóng vai trò là những trụ cột thiết yếu để khỏa lấp khoảng trống.

Bác sĩ Sam Ngoyi (giữa), người sáng lập và giảng sư của Chùa Phật giáo (Temple Du Bouddhisme), Katuba 1, ngày 07/01/2026.

Ông Tensun Genyen Jima (Francis Kabwe Kyungu) (thứ hai từ trái sang), người sáng lập và giảng sư của các Tu viện Drupon Khen Rinpoche (Drolung – Tổ chức Phật giáo Quốc tế), Trung tâm Lubumbashi, Cộng hòa Dân chủ Congo, ngày 07/01/2026.

Bất chấp những thử thách đó, cộng đồng Phật tử Congo vẫn luôn tràn ngập niềm hỷ lạc sâu sắc. Ngay cả trong cảnh nghèo khó và thiếu vắng những ngôi chùa đồ sộ, "nụ cười của những người tu tập" vẫn là minh chứng hùng hồn nhất cho sức lan tỏa của giáo pháp ngay giữa lòng châu Phi.

3.VAI TRÒ CỦA PHẬT GIÁO TẠI CỘNG HÒA DÂN CHỦ CONGO

3.1. Vai trò của Phật giáo trong việc vượt qua khổ đau và khủng hoảng cuộc đời

Phật giáo phục vụ như một nơi trú ẩn cho những ai tìm kiếm hòa bình. Ba câu chuyện (đã đổi tên) sau đây minh họa sức mạnh chuyển hóa của Giáo pháp:

3.1.1. Chuyện Người Cha của bảy đứa **con:** Kalenga Mbuyi, từng là một người nghiện rượu tuyệt vọng sau khi bị vợ bỏ, đã tìm thấy hạnh phúc bằng cách quy y Tam Bảo, giữ Ngũ giới và thực hành lòng từ bi dưới sự hướng dẫn của cố Hòa thượng Bodhiraja Sapanno.

3.1.2. Ngoie Kabongo: Chiến binh không bạo động**:** Một người lính Phật tử thuần thành luôn cố tình bắn chệch mục tiêu để giữ giới không sát sinh. Sau đó, anh đã sống sót một cách thần kỳ khi một đồng đội bắn thẳng vào mình nhưng không viên đạn nào xuyên thấu được cơ thể—một sự kiện được xem là kết quả từ sự trì giới nghiêm túc của anh lính.

3.1.3. Sức mạnh của sự buông xả: Ông John Bulambo, sau khi bị mất trắng tài sản và nung nấu ý định trả thù, đã học được cách buông bỏ gánh nặng thông qua việc hiểu về nghiệp và thực hành thiền chánh niệm, từ đó tìm lại được sự bình an.

3.2. Vai trò là "Điểm tựa tâm linh" và chữa lành sau xung đột

Trong một quốc gia trải qua nhiều thập kỷ bất ổn, Phật giáo được giới thiệu như một hình thức trị liệu tâm lý. Các buổi thiền, thuyết pháp và tụng kinh tại các trung tâm giúp mọi người đối phó với nỗi đau mất mát và giảm bớt hội chứng sang chấn tâm lý (PTSD) do chiến tranh gây ra.

3.3. Vai trò trong Giáo dục và hình thành giá trị

Tập trung vào việc nâng cao nhận thức cộng đồng thông qua phong trào "Cách mạng con người", khuyến khích mỗi cá nhân tự cải thiện bản thân để biến đổi cộng đồng. Họ thường tổ chức các cuộc triển lãm về hòa bình, nhân quyền và bảo vệ môi trường để thu hút giới trẻ và trí thức.

3.4. Vai trò kết nối đa văn hóa và toàn cầu hóa

Phật giáo đóng vai trò là cầu nối văn hóa giữa Châu Á và Châu Phi, giúp người dân Congo tiếp cận với triết học phương Đông. Đồng thời, các trung tâm Phật giáo cũng là nơi để cộng đồng nhập cư (Trung Quốc, Nhật Bản, Việt Nam...) duy trì bản sắc văn hóa và tạo sự gắn kết xã hội tại nước sở tại.

Sư Bodhiraja Sapanno cùng các Tăng sĩ khác trong lễ truyền giới tại Thái Lan.

3.5. Vai trò là "Tiếng nói mới" trong các diễn đàn liên tôn giáo

Sự hiện diện của Phật giáo góp phần đa dạng hóa đời sống tinh thần và là lời nhắc nhở về quyền tự do tín ngưỡng tại CHDC Congo—một quốc gia đang dần chuyển mình thành một xã hội dân sự đa dạng hơn.

Lubumbashi, 10/01/2026: Đại đức Trụ trì Bhante Pannabodhi tặng bản đồ Congo bằng đồng, tri ân Ni sư TN Giới Hương và Chùa Hương Sen vì sự hỗ trợ từ thiện quý báu, dành cho cộng đồng Phật tử địa phương tại Chùa Niết-bàn.

CHƯƠNG 9

PHẬT GIÁO NAM PHI: ĐA DẠNG TRÊN ĐẤT NƯỚC CẦU VỒNG

1. Đất nước, văn hóa và tôn giáo nước Nam phi

1.1. Đất nước Nam Phi

1.2. Văn hóa

1.3. Tôn giáo

2. Lịch sử hình thành Phật giáo Nam Phi

2.1. Lịch sử hình thành

2.2. Các tông phái chính

2.3.Ước tính số lượng

3. Chùa Nam Hoa và Viện Phật học Nam Phi thuộc hệ thống Phật Quang Sơn, Đài Loan

3.1.Chùa Nam Hoa (Fo Guang Shan Nan Hua Temple) - Bronkhorstspruit

3.2. Viện Phật học Phi Châu
(African Buddhist Seminary - ABS)

4. Các Trung tâm Phật giáo tại Nam Phi

4.1. Phân loại theo truyền thống tu học

4.2. Những trung tâm tiêu biểu và *địa* danh cụ thể

5. Thách thức và Triển vọng

5.1. Thách thức

5.2. Triển vọng

* * *

1. ĐẤT NƯỚC, VĂN HÓA VÀ TÔN GIÁO NƯỚC NAM PHI

Nam Phi (South Africa) là một quốc gia đặc biệt, thường được gọi là **"Quốc gia Cầu vồng"** (Rainbow Nation) nhờ sự đa dạng về sắc tộc, ngôn ngữ và tôn giáo.

Photo: Bản đồ và cờ Nam Phi.[23]

23. Clapsus, Bản đồ và Cờ Nam Phi (Flag-map of South Africa), Creative Commons Attribution–ShareAlike 3.0 Unported, https://commons.wikimedia.org/wiki/File:Flag_map_of_South_Africa.svg#Licensing.

Dưới đây là cái nhìn tổng quan về đất nước, văn hóa và tôn giáo của quốc gia này:

1.1. Đất nước Nam Phi

Nam Phi nằm tại mũi phía Nam của lục địa Châu Phi, sở hữu địa hình và khí hậu vô cùng đa dạng.

Hệ thống Thủ đô: Đây là quốc gia duy nhất trên thế giới có 3 thủ đô:

Pretoria: Thủ đô hành chính.

Cape Town: Thủ đô lập pháp.

Bloemfontein: Thủ đô tư pháp.

Lịch sử đặc biệt: Nam Phi từng trải qua chế độ phân biệt chủng tộc **Apartheid** khét tiếng, kết thúc vào năm 1994 với sự kiện Nelson Mandela trở thành Tổng thống da đen đầu tiên.

Kinh tế: Là một trong những nền kinh tế phát triển nhất Châu Phi, giàu tài nguyên khoáng sản như vàng, kim cương và bạch kim.

1.2. Văn hóa

Văn hóa Nam Phi là sự giao thoa giữa các bộ tộc bản địa, thực dân châu Âu (Hà Lan, Anh) và những người nhập cư từ châu Á (Ấn Độ, Malaysia).

Ngôn ngữ: Có tới **11 ngôn ngữ chính thức**, trong đó tiếng Anh là ngôn ngữ giao tiếp chung, cùng với tiếng Afrikaans và các tiếng bản địa như Zulu, Xhosa.

Lễ hội và Âm nhạc: Âm nhạc Nam Phi nổi tiếng với các điệu nhảy truyền thống và dòng nhạc Jazz, Gospel. Văn hóa **"Ubuntu"** (Tôi tồn tại vì chúng ta tồn tại) là triết lý sống cốt lõi, đề cao sự nhân văn và cộng đồng.

Ẩm thực: Nổi bật nhất là văn hóa **Braai** (tiệc nướng ngoài trời) - một nét văn hóa gắn kết mọi sắc tộc.

1.3. Tôn giáo

Nam Phi là một quốc gia có quyền tự do tín ngưỡng được bảo vệ bởi hiến pháp.

- **Kitô giáo (Chiếm đa số - khoảng 80%):** Bao gồm Công giáo, Tin lành và đặc biệt là các nhà thờ Kitô giáo bản địa Châu Phi (như Nhà thờ Cơ đốc giáo Zion).
- **Tôn giáo truyền thống:** Nhiều người vẫn kết hợp niềm tin Kitô giáo với các nghi lễ thờ cúng tổ tiên của người Phi.

Các tôn giáo khác:

- **Hồi giáo:** Có lịch sử lâu đời, đặc biệt là ở vùng Cape Town (Cộng đồng Cape Malay).
- **Ấn Độ giáo:** Do cộng đồng người gốc Ấn mang lại.
- **Phật giáo:** Đang ngày càng phát triển thông qua các trung tâm thiền định và các tu viện được xây dựng bởi các dòng truyền thừa từ châu Á như Đài Loan, Trung Quốc, Hàn Quốc, Ấn Độ, Nepal, Tây Tạng…

2. LỊCH SỬ HÌNH THÀNH PHẬT GIÁO NƯỚC NAM PHI

2.1. Lịch sử hình thành

Phật giáo đến Nam Phi muộn hơn so với các tôn giáo khác, chủ yếu qua hai làn sóng:

Thế kỷ 19: Những người lao động Ấn Độ mang theo niềm tin Phật giáo khi đến làm việc tại các đồn điền mía ở Natal.

Thế kỷ 20 (Thập niên 70 trở đi): Các vị Thầy từ Tây Tạng, Đài Loan, và các nước Đông Nam Á bắt đầu đến truyền giáo. Sự ra đời của Hiệp hội Phật giáo Nam Phi đã tạo nền móng cho các trung tâm thiền định phát triển.

2.2. Các tông phái chính

Nam Phi là nơi hội tụ đa dạng các truyền thừa Phật giáo, tạo nên một bức tranh tâm linh phong phú:

Phật giáo Bắc truyền (Mahayana): Phát triển mạnh nhất thông qua các cộng đồng người Hoa và người Việt. Nổi bật nhất là dòng truyền thừa của Chùa Nam Hoa (Nan Hua Temple).

Phật giáo Nam truyền (Theravada): Các trung tâm thiền Vipassana thu hút rất nhiều người bản địa da trắng và da đen tham gia tu tập.

Phật giáo Kim Cương thừa (Vajrayana): Các dòng truyền thừa của Tây Tạng như Karma Kagyu có các trung tâm nhập thất nổi tiếng tại vùng quê Nam Phi.

2.3.Ước tính số lượng

Số lượng trung tâm/chùa: Có khoảng **30 - 50** địa điểm tu học, bao gồm cả các ngôi chùa lớn, thiền viện và các trung tâm sinh hoạt Phật giáo tại gia hoặc văn phòng đại diện của các dòng phái.

Số lượng Phật tử: Ước tính có khoảng **6.000 đến 30.000** người thực hành Phật giáo tại Nam Phi, bao gồm cả người gốc Á (Trung Quốc, Việt Nam, Sri Lanka) và người Nam Phi bản địa.

3. CHÙA NAM HOA VÀ VIỆN PHẬT HỌC PHI CHÂU THUỘC HỆ THỐNG PHẬT QUANG SƠN, ĐÀI LOAN

3.1.Chùa Nam Hoa (Fo Guang Shan Nan Hua Temple) - Bronkhorstspruit

Đây là ngôi chùa và tu viện Phật giáo lớn nhất ở Châu Phi, một công trình kiến trúc theo phong cách Trung Hoa cực kỳ tráng lệ.

Nam Hoa Tự

27 Nan Hua Rd, Cultura Park, Bronkhorstspruit, 1020, Nam Phi (cách Pretoria khoảng 50km).

Website: https://www.nanhuatemple.org/contactus

Chùa Nam Hoa, Nam Phi chụp từ trên cao.[24]

Đặc điểm: Có bảo tàng, phòng trà (Water Drop Teahouse) và thường xuyên tổ chức các khóa tu thiền và đặc biệt có trường đại học Phật giáo dành cho các Tăng ni với các trình độ Cử nhân, Tiến Sĩ Phật học…

Kiến trúc: Xây dựng theo phong cách cung điện Trung Hoa cổ đại. một công trình kiến trúc cực kỳ đồ sộ, thu hút rất nhiều khách du lịch và Phật tử.

Vai trò: Là trụ sở chính của Phật Quang Sơn tại Châu Phi, nơi

24. Chùa Nam Hoa, Nam Phi chụp từ trên cao.
Kiến trúc tuyệt vời của chùa Phật Quang Sơn Nam Hoa Tự tại Nam Phi. http://phatgiaonamdinh.vn/quoc-te/tin-nuoc-ngoai/kien-truc-tuyet-voi-cua-chua-phat-quang-son-nam-hoa-tu-tai-nam-phi.html
Ivan Fourie, Nan Hua Temple, photograph, November 11, 2006, Flickr, Creative Commons Attribution 2.0 Generic, https://www.flickr.com/photos/90635130@N00/295765523.

tổ chức các khóa tu, giáo dục và đặc biệt là các chương trình Thiền nhạc.

Chánh điện của Nam Hoa Tự, Nam Phi.[25]

Chùa Nam Hoa không chỉ là một cơ sở thờ tự mà còn là một trung tâm giáo dục Phật giáo quy mô quốc tế. Các chương trình đào tạo Tăng Ni và cư sĩ tại đây được tổ chức rất bài bản.

3.2. Viện Phật học Phi Châu (African Buddhist Seminary - ABS)

Đây là cơ sở giáo dục chính nằm trong khuôn viên Chùa Nam Hoa, chuyên đào tạo Tăng tài cho toàn châu Phi.

Đối tượng: Chủ yếu là các thanh niên bản địa châu Phi có tâm nguyện xuất gia hoặc tìm hiểu Phật pháp sâu sắc.

Chương trình học: Bao gồm các khóa sơ cấp, trung cấp và cao đẳng Phật học. Sinh viên được học về giáo lý, nghi lễ, Hán văn, tiếng Anh và kỹ năng sống.

25. Andrew Moore, Chánh điện thờ Phật của Chùa Nam Hoa, Nam Phi (Triple Gem Buddha Hall), Nan Hua Temple, photograph, November 11, 2018, Creative Commons Attribution–ShareAlike 2.0.

Học bổng: Chùa Nam Hoa thường cung cấp học bổng toàn phần (bao gồm ăn, ở và học phí) để khuyến khích người bản địa theo học.

3.2.i. Chương trình Cử nhân và Tiến sĩ Phật học

Về các học vị cao hơn như Cử nhân (BA), Thạc sĩ (MA), và Tiến sĩ (PhD), Chùa Nam Hoa thực hiện thông qua sự liên kết và bảo trợ của Đại học Tây Lai (University of the West - UWest) và hệ thống Đại học Phật Quang

3.2.ii. Tầm quan trọng của hệ thống giáo dục này

Việt hóa và Địa phương hóa: Đây là nơi đầu tiên tại châu Phi đào tạo ra những vị Tăng sĩ người bản địa (da đen) có khả năng thuyết pháp bằng tiếng Anh và ngôn ngữ địa phương (như tiếng Zulu, Xhosa).

Kết nối tri thức: Việc có một "Trường đại học Phật giáo" giữa lòng Nam Phi giúp xóa tan định kiến Phật giáo là tôn giáo "ngoại lai", biến nó thành một hệ thống tri thức khoa học được giới học thuật Nam Phi tôn trọng.

4. CÁC TRUNG TÂM PHẬT GIÁO TẠI NAM PHI

Nam P hi hiện là quốc gia có mạng lưới Phật giáo phát triển mạnh mẽ và đa dạng nhất tại châu lục. Có hàng chục trung tâm tu học và thiền viện thuộc nhiều truyền thống khác nhau, tạo thành một hệ sinh thái tâm linh phong phú tại các thành phố lớn như Johannesburg, Cape Town và Durban.

4.1. Phân loại theo truyền thống tu học

Truyền thống Tây Tạng: Đây là dòng phái có sức ảnh hưởng lớn nhất đối với người dân bản địa và giới trí thức. Các tổ chức tiêu biểu bao gồm:

Karma Kagyu Diamond Way: Có mạng lưới rộng khắp tại tất cả các thành phố lớn.

Lam Rim Buddhist Centre: Một trong những trung tâm lâu đời nhất tại Johannesburg.

Vajrapani Buddhist Centre: Thuộc truyền thống Tân Kadampa, tập trung vào việc áp dụng tri thức Phật giáo vào đời sống hiện đại.

Truyền thống Thiền (Zen): * Dharma Centre tại Robertson: Là "trái tim" của dòng thiền Kwann Um (Quan Âm) tại Châu Phi. Ngoài ra, các nhóm thiền độc lập tại Cape Town và Johannesburg cũng hoạt động rất tích cực, thu hút những người yêu thích sự giản đơn và tĩnh lặng của Thiền tông.

Truyền thống Nam truyền (Theravada):

Đại diện tiêu biểu nhất là Buddhist Retreat Centre (BRC). Bên cạnh đó, các chùa thuộc cộng đồng người Myanmar như Dhammodaya Myanmar Vihara đóng vai trò quan trọng trong việc giữ gìn và truyền bá giáo pháp nguyên thủy.

Phật giáo Cư sĩ (Soka Gakkai International - SGI): * SGI Nam Phi là một tổ chức cư sĩ có mạng lưới cộng đồng rất rộng lớn với hàng nghìn thành viên, tập trung vào việc kiến tạo hòa bình thông qua giáo dục và văn hóa.

4.2. Những trung tâm tiêu biểu và *địa* danh cụ thể

4.2.i. Trung tâm Thiền Ixopo (Buddhist Retreat Centre - BRC)

Được đánh giá là "viên ngọc quý" của Phật giáo Nam Phi, nơi đây đã vinh dự được kênh truyền hình CNN bình chọn là một trong những trung tâm thiền tốt nhất thế giới.

Địa chỉ: D64 Nirodha Farm, Ixopo, 3276, Nam Phi (Tỉnh KwaZulu-Natal).

Website: https://www.brcixopo.co.za/

Trung tâm Thiền Ixopo, Nam Phi.[26]

Không gian: Tọa lạc trên một trang trại yên tĩnh với phong cảnh thiên nhiên hùng vĩ, mây ngàn và đồi núi trập trùng, và con đường thiền hành dài 300 acre[27] là môi trường lý tưởng cho việc ẩn tu và thực hành chánh niệm.

Ý nghĩa: BRC không chỉ là một cơ sở tôn giáo mà còn được coi là "cái nôi" đưa triết lý Phật giáo tiếp cận gần hơn với tầng lớp trí thức và người dân bản địa, giúp xóa bỏ rào cản văn hóa thông qua những khóa tu học chất lượng cao.

4.2.ii. Khu vực Johannesburg & Randburg

Đây là trung tâm đô thị sôi động nhất, nơi các dòng phái Phật giáo đan xen tạo nên sự hòa quyện tâm linh giữa lòng thành phố:

Lam Rim Tibetan Buddhist Centre

1st St, Jan Hofmeyer, Johannesburg, 2141.

Vai trò: Là một trong những trung tâm Phật giáo Tây Tạng lâu đời và uy tín nhất, nơi lưu giữ nhiều giáo lý quan trọng của dòng Lam Rim.

26. Trung tâm Thiền Ixopo, Nam Phi. Photo courtesy of the Buddhist Retreat Centre in Ixopo, South Africa.https://www.brcixopo.co.za/
27. Welcome to the BRC. https://www.brcixopo.co.za/

Vajrapani Kadampa Buddhist Centre:

Upper Level, The Woods Shopping Centre,

345 Jan Smuts Ave, Craighall Park, Randburg, 2196.

Đặc điểm: Chuyên sâu về thiền định và Phật giáo hiện đại, trung tâm này giúp thiền sinh tìm thấy sự an lạc ngay giữa nhịp sống hối hả của khu thương mại.

4.2.iii. Trung tâm Pháp (The Dharma Centre) - Robertson

Một điểm dừng chân quan trọng tại khu vực Western Cape, dành cho những ai muốn tìm sâu vào nội tâm theo phương pháp thiền quán.

Địa chỉ: 26 White St, Robertson, 6705, Nam Phi.

Website: https://dharmacentre.org.za

PO Box 795 6705, Robertson, South Africa.

Phone: (083) 703 - 3160.

Hoạt động: Nơi đây tổ chức các khóa tu thiền định thường xuyên, là điểm kết nối cộng đồng Phật tử tại khu vực Cape Town và các vùng lân cận.

Sự hiện diện của các trung tâm này cho thấy Phật giáo Nam Phi không chỉ là một tôn giáo nhập cư mà đã thực sự bén rễ và nở hoa trên vùng đất cầu vồng này.

5. THÁCH THỨC VÀ TRIỂN VỌNG

5.1. Thách thức: Do Kitô giáo chiếm ưu thế tuyệt đối, Phật giáo vẫn được xem là một tôn giáo mới mẻ và đôi khi gặp khó khăn trong việc hòa nhập hoàn toàn vào văn hóa bản địa.

5.2. Triển vọng: Với triết lý hòa bình và lòng từ bi, Phật giáo đang đóng góp tích cực vào việc hàn gắn những vết thương lịch sử (hậu Apartheid) tại quốc gia này.

Nam Phi được gọi là Đất nước Cầu vồng nhờ sự hòa hợp của các sắc tộc. Phật giáo nơi đây chính là những tia sáng lung linh nhất trong dải cầu vồng ấy. Không phân biệt màu da, không phân biệt ngôn ngữ, Phật pháp đã và đang tưới tẩm sự bình an lên những vết thương lịch sử của vùng đất này thông qua giáo dục, thiền định và âm nhạc tâm linh.

Photo: Ni sư TN Giới Hương cùng các Ni cô nhỏ khất thực trong làng quanh Trung tâm Phật giáo Uganda, ngày 13/12/2025.

CHƯƠNG 10

PHẬT GIÁO MADAGASCAR: THIỀN-NHẠC TRÊN ĐẢO NGỌC

1. Đất nước, văn hóa và tôn giáo của hải đảo Madagascar

1.1. Đất nước Madagascar – "Hòn đảo đỏ"

1.2. Văn hóa đặc sắc

1.3. Tôn giáo và Tín ngưỡng

2. Phật giáo nước Madagascar

2.1. Lịch sử và Sự hình thành Phật giáo

2.2. Ngôi chùa tiêu biểu: Chùa Tây Tổ (Xizu Temple)

3. Con đường Giác ngộ qua Thiền-nhạc-nghệ thuật của Đại sư Thích Ngộ Lạc

3.1. Người đem đạo Phật đến đảo Madagascar – Đại sư Thích Ngộ Lạc

3.2.Triết lý Tu tập và Thiền nhạc

3.3. Con đường Giác ngộ qua Thiền-nhạc

3.4.Tình hình hiện tại và Hoạt động Quốc tế Chùa Tây Tổ

4. Phật giáo tương lai

4.1.Đặc điểm cộng đồng Phật tử

4.2. Thách thức và cơ hội

4.3. Tầm nhìn trong tương lai

4.4. Tầm nhìn quốc tế hóa và Giao lưu văn hóa

* * *

1. ĐẤT NƯỚC, VĂN HÓA VÀ TÔN GIÁO NƯỚC MADAGASCAR

1.1. Đất nước Madagascar – "Hòn đảo đỏ"

Madagascar là đảo quốc lớn thứ tư thế giới, nằm trên Ấn Độ Dương, cách bờ biển Đông Nam Châu Phi khoảng 400 km.

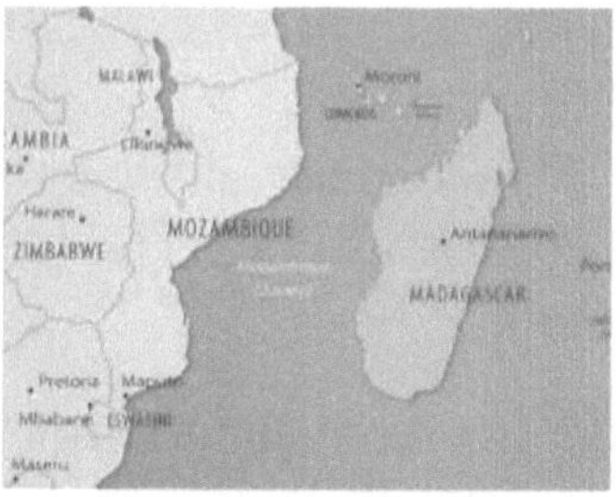

Bản đồ hải đảo Madagascar

Cờ đảo quốc Madagascar[28]

28. Darwinek, Cờ đảo quốc Madagascar (Flag Map of Madagascar), March 16, 2008, SVG file, Wikimedia Commons, licensed under CC BY-SA 3.0, https://commons.wikimedia.org/wiki/File:Flag_map_of_Madagascar.svg.

Địa lý độc đáo: Do tách rời khỏi siêu lục địa từ hàng triệu năm trước, Madagascar sở hữu hệ sinh thái biệt lập với hơn 90% động thực vật không thể tìm thấy ở bất kỳ nơi nào khác (như vượn cáo và cây bao báp).

Dân cư: Người dân Madagascar (người Malagasy) không chỉ có gốc Phi mà còn mang dòng máu Nam Đảo (từ Indonesia, Malaysia sang từ khoảng 2.000 năm trước). Điều này tạo nên một diện mạo và văn hóa rất khác biệt so với phần còn lại của lục địa đen.

1.2. Văn hóa đặc sắc

Văn hóa Madagascar là sự giao thoa giữa các yếu tố Nam Đảo, Châu Phi, Ả Rập và Pháp.

Fihavanana (Sự đoàn kết): Đây là giá trị cốt lõi trong đời sống, đề cao sự hòa hợp và kết nối cộng đồng.

Lamba: Trang phục truyền thống là những tấm vải quấn quanh người, được sử dụng trong cả đời sống hàng ngày lẫn các nghi lễ trang trọng.

Ẩm thực: Gạo là lương thực chính (ảnh hưởng từ Đông Nam Á), thường ăn kèm với thịt bò Zebu và các loại rau lá.

1.3. Tôn giáo và Tín ngưỡng

Kitô giáo: Chiếm đa số (khoảng 85% dân số), được truyền vào từ thế kỷ 19 qua các hội truyền giáo Anh và Pháp. Hai nhánh lớn nhất là Công giáo Rôma và Tin lành.

Hồi giáo: Chiếm khoảng 3–7% dân số, chủ yếu tập trung ở vùng duyên hải phía Tây Bắc và Đông Nam do ảnh hưởng của các thương nhân Ả Rập từ thời trung cổ.

Phật giáo: Tỷ lệ ước tính: Dưới 0,1% (khoảng 20.000 người). Phật giáo là một tôn giáo thiểu số tại Madagascar và đang trong giai đoạn tiếp xúc, hình thành những hạt giống đầu tiên.

Tín ngưỡng truyền thống (Traditional Beliefs): Tỷ lệ ước tính: Khoảng 4,5% đến 50%. Đây là thành phần cốt lõi trong đời sống tâm linh của người Malagasy, tập trung vào việc thờ cúng tổ tiên (Razana) và đấng sáng tạo (Zanahary).

Dù nhiều người theo các tôn giáo lớn, niềm tin vào tổ tiên vẫn bám rễ sâu:

Famadihana (Lễ thay áo xác chết): Cứ khoảng 7 năm một lần, các gia đình khai quật mộ người thân, thay khăn liệm mới và nhảy múa cùng xác chết để thể hiện lòng hiếu thảo.

Fady (Điều cấm kỵ): Các quy tắc kiêng kỵ do tổ tiên truyền lại, ảnh hưởng đến mọi mặt đời sống từ việc ăn uống đến hành xử.

2. PHẬT GIÁO HẢI ĐẢO MADAGASCAR

Madagascar, quốc đảo lớn nhất châu Phi và lớn thứ tư thế giới, vốn nổi tiếng với hệ sinh thái độc nhất vô nhị. Tuy nhiên, về mặt tâm linh, đây là một "vùng đất mới" đối với Phật giáo. Dưới đây là bức tranh chi tiết về sự hiện diện của đạo Phật tại hòn đảo này tính đến năm 2026.

2.1. Lịch sử và Sự hình thành Phật giáo

Khác với các quốc gia Đông Phi như Tanzania hay Uganda (nơi Phật giáo có mặt từ đầu thế kỷ 20 thông qua công nhân Ấn Độ và Sri Lanka), Phật giáo tại Madagascar mới thực sự khởi sắc trong khoảng một thập kỷ trở lại đây.

Giai đoạn sơ khai: Chủ yếu tồn tại trong các nhóm nhỏ người nhập cư gốc Hoa và Việt Nam sống tại Antananarivo. Họ thực hành nghi lễ tại gia hoặc trong các hiệp hội đồng hương.

Giai đoạn định chế hóa (2021 - nay): Đánh dấu bằng việc xây dựng các cơ sở thờ tự chính thống và sự xuất hiện của các tổ chức hoằng pháp quốc tế.

2.2. Ngôi chùa tiêu biểu: Đại tu viện Tây Tổ (Xizu Temple)

Đây là ngôi chùa Phật giáo duy nhất tại Madagascar. Việc xây dựng bắt đầu từ năm 2021 dưới sự lãnh đạo của Thiền sư Thích Ngộ Lạc (Shi Wule), truyền nhân đời thứ 45 của dòng Lâm Tế. Chùa được xây dựng với mục tiêu quốc tế hóa âm nhạc Thiền và quảng bá văn hóa truyền thống Trung Hoa. Tu viện tọa lạc trên núi Lok, Andranovelona, cách thủ đô Antananarivo khoảng 50km về phía Tây.

Toàn cảnh Đại tu viện Tây Tổ.[29]

Chánh điện thờ Phật của Đại tu viện Tây Tổ.

29. Toàn cảnh Đại tu viện Tây Tổ https://wule-symphony-orchestra.com/xizu-monastery-madagascar/

Ni sư TN Giới Hương mang pháp bảo cúng dường Thư viện Chùa Tây Tổ, ngày 12/01/2026.

Chùa Tây Tổ (Xizu Temple)
Tendrombodhitrafaly, Andrannovelona, Antananarivo, Madagascar.
Điện thoại: +261 34 56 006 89
Email: contact@wule-symphony-orchestra.com
Website: https://wule-symphony-orchestra.com/xizu-monastery-madagascar/
Contact: Randrianasolo S.Bopo: 034 53 445 52; wechat: 032 19 504 84
Giờ mở cửa: 08:00 – 16:30 hàng ngày

Poster giới thiệu về Chùa Tây Tổ bằng tiếng Trung Quốc và tiếng Pháp. Ngày 12/01/2026.

Vai trò: Hiện là tu viện Phật giáo chính thống và quy mô nhất trên đảo. Chùa không chỉ là nơi tu tập mà còn là trung tâm giao lưu văn hóa, nổi tiếng với dàn nhạc giao hưởng **Wule Symphony Orchestra**, kết hợp giữa âm nhạc hàn lâm phương Tây và tinh thần thiền học phương Đông để kết nối với người dân bản địa. Hiện có hơn 200 tăng ni trẻ đang tu học tại đây và chủ yếu các môn như nhạc, thiền và nghệ thuật được dạy hàng ngày cho chúng xuất gia và tại gia.

Dàn nhạc thiền giao hưởng của Đại tu viện Tây Tổ do Đại sư Thích Ngộ Lạc điều hợp.30

3. CON ĐƯỜNG GIÁC NGỘ QUA THIỀN-NHẠC CỦA ĐẠI SƯ THÍCH NGỘ LẠC

3.1.Người mang Đạo Phật đến đảo Madagascar: Hòa thượng Thích Ngộ Lạc (Shi Wule)

Truyền thừa: Ngài Ngộ Lạc là đệ tử chân truyền của Hòa thượng Tịnh Huệ (người nối pháp Đại sư Hư Vân) thuộc đời thứ 45 tông Lâm Tế. Ngài cũng nhận truyền thừa từ Hòa thượng Quảng Huyền (đệ tử của Hòa thượng Hoằng Nhất) đời thứ 42 dòng Lâm Tế Âm Vân và dòng pháp Thiền tông từ Hoạt Phật

30. Dàn nhạc thiền giao hưởng của Đại tu viện Tây Tổ. https://wule-symphony-orchestra.com/xizu-monastery-madagascar/

Shamgon của Mật tông Tây Tạng.

Ni sư TN Giới Hương dâng quà cúng dường lên Đại sư Thích Ngộ Lạc, tại khách đường Chùa Tây Tổ, Madagascar, ngày 12/01/2026.

Hành trạng: Trước khi sang Madagascar, ngài từng là trụ trì chùa Thái Bình (Hồ Bắc) và tu viện Thiên Thai (Hồng An), Trung Quốc.

Sứ mệnh tại Châu Phi: Năm 2019, ở tuổi 72 và dù sức khỏe yếu, ngài đã tới Madagascar với tâm nguyện đưa Phật giáo phục vụ thời đại. Đại sư Thích Ngộ Lạc nhận thấy dù Châu Phi còn nghèo nàn về vật chất nhưng lại là "đất tịnh" phù hợp cho tu tập và rất cần những giá trị văn hóa, Phật giáo tâm linh.[31]

31. Thiền sư Thích Ngộ Lạc (Shi Wule)

Đại thiền sư Thích Ngộ Lạc, chụp tại khách đường Chùa Tây Tổ, trưa ngày 12/01/2026.

3.2.Triết lý Tu tập và Thiền nhạc

Tư tưởng chủ đạo: Thiền sư cổ xướng "thành Phật nhờ đức hạnh" và "thế giới hòa bình thông qua lễ nhạc".

Cách tân: Ngài đã cách mạng hóa phương pháp hành thiền truyền thống bằng cách áp dụng "Thiền nhạc", lồng ghép khái niệm yêu thương và quan tâm vào cuộc sống.

Đoàn Nghệ thuật Quảng Xuân: Được thành lập chính thức vào năm 2010, đây là dàn nhạc toàn tòng (chỉ gồm các tu sĩ) duy nhất trên thế giới. Các nhà sư học nhạc như một phương thức hành thiền; chơi đàn tranh và thổi sáo chính là sự tu tập. Hiện có khoảng 200 tăng ni trẻ trong đoàn Nghệ thuật Quảng Xuân.

Cấu trúc đoàn: Hiện bao gồm Dàn nhạc Giao hưởng Tịnh Huệ, Hợp xướng Bình Minh và Đoàn múa Hương Căn. Thành viên có độ tuổi từ 6 đến 54 đầy năng lượng.

---

https://wule-symphony-orchestra.com/xizu-monastery-madagascar/

Ni sư TN Giới Hương và Chư Ni trong đoàn Nghệ thuật Quảng Xuân, tại Chùa Tây Tổ, Madagascar, trưa ngày 12/01/2026.

3.3.Con đường Giác ngộ qua Thiền-nhạc

Những lời dạy minh triết giác ngộ kết hợp với âm nhạc của Đại sư Thích Ngộ Lạc rất nhiều. Trong hộp quà tinh hoa của Chùa Tây Tổ: "Con đường Giác ngộ" (The Path of Englightenmment by Chan Master Wu Le), gồm khoảng 200 card nhiều màu.

Quà pháp tinh thần "Con đường Giác ngộ" của Đại sư Thích Ngộ Lạc. Ngày 12/01/2026.

Một mặt card là các hình sinh hoạt rất nghệ thuật của Đại sư trụ trì Chùa Tây Tổ và đại chúng. Mặt khác của card là thiền ngôn của đại sư bằng tiếng Trung Quốc, Anh ngữ và Pháp ngữ.

3.3.i.Tấm card: Lan tỏa Thiền nhạc – Vì Hòa bình Thế giới

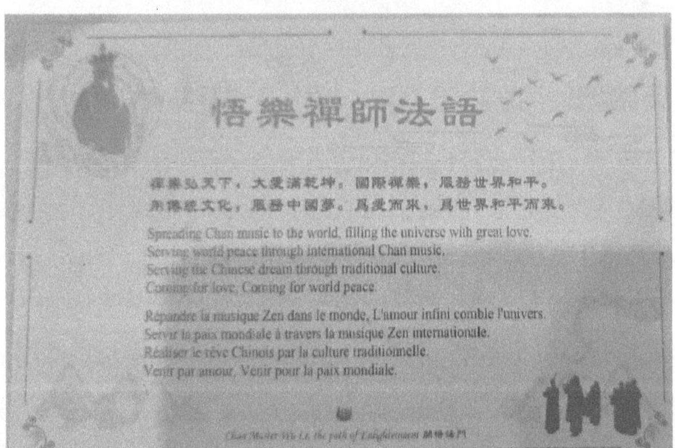

Lan tỏa Thiền nhạc – Vì Hòa bình Thế giới

Lan tỏa Thiền nhạc ra thế giới, **đong đầy** vũ trụ bằng tình thương bao la.

Phụng sự hòa bình thế giới thông qua Thiền nhạc quốc tế.

Phụng sự "Giấc mơ Trung Hoa" thông qua văn hóa truyền thống.

Đến vì tình thương, Đến vì hòa bình thế giới.

Bản Anh ngữ:

Spreading Chan Music – For World Peace

Spreading Chan music to the world, filling the universe with great love.

Serving world peace through international Chan music.

Serving the Chinese dream through traditional culture

Coming for love, Coming for world peace.

3.3.ii.Tấm card: Cùng nhau tu tập

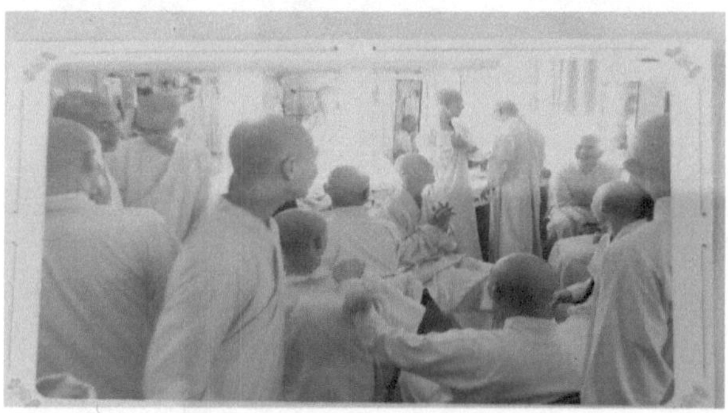

Cùng nhau tu học nghĩa là mọi người sẽ cùng nhau chia sẻ và

thảo luận về các vấn đề tâm linh. (Group cultivation involves discussing issues related to spiritual together)

3.3.iii.Tấm card: Gió bay

Sống trên đời, hãy để tâm không mong cầu. Nếu làm được điều này, bạn đã chạm đến bến bờ giác ngộ. (In this life, let us desire nothing, if you can do this, you will have attained enlightenment)

Mục đích cốt lõi lời dạy của Đại sư, đặc biệt qua 200 tấm cards của thiền-nhạc-nghệ thuật cho thấy thiền nhạc là giúp công chúng tiếp nhận Phật giáo một cách thư thái, dễ chịu, nhẹ nhàng.

Thông qua âm nhạc, các tu sĩ mong muốn thanh lọc tâm hồn, nuôi dưỡng lòng nhân ái, sự chính trực, lễ độ, trí tuệ, niềm tin và đưa đến giác ngộ.

3.4. Tình hình hiện tại và Hoạt động Quốc tế Chùa Tây Tổ

Tại Madagascar: Thiền sư đang dẫn dắt tăng đoàn gồm 200 vị tăng và tích cực xây dựng Tu viện Tây Tổ. Các công trình đã hoàn thành bao gồm: Nhà tăng, Trai đường, Nhà ni, Điện Đại sĩ, Điện Thiên Vương và Nhà hát Bình Minh.

Lưu diễn thế giới: Kể từ tháng 5/2015, đoàn đã lưu diễn qua 37 thành phố tại Trung Quốc và các nước như Ấn Độ, Nepal, Sri Lanka, Hồng Kông.

Các buổi biểu diễn đã thu hút hơn 2 triệu khán giả và được ghi danh vào Sách Kỷ lục Guinness Thế giới.

Cuối tháng 6/2023, đoàn đã đến Mỹ để giao lưu biểu diễn tại Los Angeles, Salt Lake City và Edward Pocatello.

Tháng 9/2024, đoàn đã tiếp tục lưu diễn tại các quốc gia Châu Âu để mang những âm thanh hòa hợp nhất đến với thế giới.

4. PHẬT GIÁO TƯƠNG LAI

4.1. Đặc điểm cộng đồng Phật tử

Cộng đồng Phật giáo tại đây có cấu trúc khá đa dạng:

Cộng đồng gốc Á: Người Hoa đóng vai trò chủ đạo trong việc bảo trợ và xây dựng các tự viện. Bên cạnh đó là một số gia đình gốc Việt, Nepal, Ấn độ, Tích Lan, Thái Lan, Miến Điện, Tây Tạng… đã định cư qua nhiều thế hệ.

Người bản địa (Malagasy): Số lượng người bản địa quy y đang tăng dần, chủ yếu thông qua các hoạt động từ thiện, y tế và giáo dục của các đoàn tăng ni.

Du khách và giới trí thức: Một bộ phận người dân tại các thành phố lớn bắt đầu tìm đến thiền định (Meditation) như một liệu pháp tâm lý và rèn luyện sức khỏe.

4.2. Thách thức và cơ hội

Thách thức	Cơ hội
Rào cản ngôn ngữ: Việc chuyển ngữ kinh điển sang tiếng Malagasy còn rất hạn chế.	**Sự cởi mở:** Người dân Madagascar có truyền thống tôn trọng tâm linh, dễ dàng tiếp nhận tinh thần từ bi của đạo Phật cũng như thiền tập làm giảm căng thẳng, và đặc biệt tiếp cận Thiền nhạc của Chùa Tây Tổ mang an lành và niềm vui trong cuộc sống.
Cạnh tranh tôn giáo: Kitô giáo và tín ngưỡng truyền thống Razana có ảnh hưởng cực kỳ sâu đậm.	**Hoạt động xã hội:** Phật giáo đang ghi điểm thông qua các dự án cung cấp nước sạch và cứu trợ thực phẩm cho các khu slum, làng nghèo trên nhiều nước Châu Phi và đặc biệt dạy thiền nhạc cho dân làng.

4.3. Tầm nhìn trong tương lai

Madagascar nói chung hay Chùa Tây Tổ nói riêng, được xem là một sự giao thoa văn hóa, kết hợp giữa Thiền tông (Zen) với âm nhạc và nghệ thuật đang tạo ra một hình thái Phật giáo hiện đại mới, nhẹ nhàng và dễ tiếp cận hơn đối với người dân khu vực Nam Ấn Độ Dương.

Đoàn nghệ thuật Quảng Xuân của Chùa Tây Tổ là một mô hình đóng góp văn hóa chưa từng có tại các vùng Phật giáo khác ở Châu Phi. Dàn nhạc giao hưởng duy nhất trên thế giới mà toàn bộ thành viên đều là tu sĩ.

Tính biểu diễn và truyền bá: Thay vì chỉ hoạt động trong khuôn viên chùa, đoàn nghệ thuật này đã lưu diễn quốc tế tại 37 thành phố và đạt kỷ lục Guinness thế giới.

Đoàn nghệ thuật Quảng Xuân của Chùa Tây Tổ.[32]

4.4. Tầm nhìn quốc tế hóa và Giao lưu văn hóa

Sự đóng góp của Chùa Tây Tổ không chỉ dừng lại ở tôn giáo địa phương mà mang tính chiến lược toàn cầu:

Quốc tế hóa Thiền nhạc: Mục tiêu xây dựng tu viện là để đưa âm nhạc Thiền ra thế giới và quảng bá văn hóa truyền thống.

Xây dựng trung tâm thiền thế giới: Thiền sư Ngộ Lạc mong muốn biến tu viện tại Madagascar thành một trung tâm thiền định đẳng cấp thế giới, đóng góp cho hòa bình và tình hữu nghị giữa các dân tộc.

Ngoại giao văn hóa: Các tu sĩ đóng vai trò là "đại sứ văn hóa", dùng niềm tin để thúc đẩy cái thiện và dùng nghệ thuật để thanh lọc tâm hồn thông qua các chuyến lưu diễn tại Mỹ, Châu Âu và các nước Châu Á.

32. Đoàn nghệ thuật Quảng Xuân của Chùa Tây Tổ. https://wule-symphony-orchestra.com/xizu-monastery-madagascar/

*Ngày 12/01/2026, Đại sư Thích Ngộ Lạc gặp gỡ
và khuyến tấn chư Ni Chùa Tây Tổ cùng Ni sư Giới Hương.
Ngài nhấn mạnh vai trò của sự tinh tấn
và giá trị của thiền nhạc trên con đường đốn ngộ.
Những món quà tâm linh (hai hộp trà Tây Tổ
và 1 hộp 200 cards thẻ Enlightenment)
đã được Ngài trao tặng Ni sư TN Giới Hươnng
như lời chúc sớm thành tựu đạo quả.*

CHƯƠNG 11

KẾT LUẬN
SỰ NỞ RỘ CỦA ĐÓA SEN CHÂU PHI

1. HÀNH TRÌNH PHẬT GIÁO QUA 7 QUỐC GIA PHI CHÂU: NHỮNG DẤU ẤN TÂM LINH

Hành trình qua chín quốc gia (từ ngày 10/12/2025 đến ngày 15/01/2026) không chỉ là một chuyến thiện nguyện đơn thuần, mà còn là một cuộc khảo sát thực địa đầy ý nghĩa, minh chứng cho sức sống mãnh liệt của giáo pháp nơi vùng đất đầy nắng gió.

1.1. Tanzania: Sự gắn kết giữa Giáo dục và Đạo đức

Tanzania tỏa sáng với mô hình "Tình thương thực hành". Tại đây, đạo đức Phật giáo len lỏi vào học đường qua trường **Kind Heart Africa**. Phật giáo không chỉ dừng lại ở lý thuyết mà hiện hữu qua manh áo, miếng cơm cho dân nghèo, giúp họ ổn định thân mệnh trước khi nuôi dưỡng tâm hồn theo lời Phật dạy.

1.2. Uganda: Ngọn hải đăng của tinh thần tự lực

Được mệnh danh là "trái tim" của Phật giáo bản địa Đông Phi,

Uganda ghi dấu ấn với **Trung tâm Phật giáo Uganda (UBC)**. Tại đây, Phật giáo không còn là "tôn giáo ngoại nhập" mà đã mang hơi thở bản địa hóa sâu sắc. Người dân không chỉ đến chiêm bái mà còn trực tiếp quản lý, điều hành, tạo nên một cộng đồng tự chủ. Những giếng nước sạch, những lớp dạy nghề cho phụ nữ là sự kết hợp nhuần nhuyễn giữa tu tập chánh niệm và an sinh xã hội.

1.3. Rwanda: Sự chữa lành trên "vùng đất ngàn đồi"

Sau những biến động lịch sử, Rwanda đã đón nhận Phật giáo như một liều thuốc tâm lý quý giá. Thiền chánh niệm đã trở thành nhịp cầu để hòa giải những tổn thương trong quá khứ từ thảm họa diệt chủng năm 1994, giúp người dân tìm thấy sự bình an nội tại và sức mạnh của lòng vị tha. Sự hiện diện của các nhóm nghiên cứu trẻ tại Kigali là tín hiệu cho một tương lai tươi sáng của Đạo pháp tại quốc gia kiên cường này.

1.4. Kenya: Sự đa dạng giữa lòng đô thị

Là cửa ngõ kinh tế, Phật giáo Kenya mang đậm tính quốc tế hóa. Đây là nơi hội tụ của các dòng phái đến từ Thái Lan, Sri Lanka, Nhật Bản và Việt Nam. Sự giao thoa giữa cộng đồng di cư và những người bản địa học Phật qua tri thức hiện đại đã biến các trung tâm Phật giáo tại Nairobi thành những diễn đàn triết học sống động cho giới trí thức.

1.5. Zambia: Sự giao hòa với thiên nhiên và muôn loài

Zambia mang đến một sắc thái nhân văn sâu sắc về lòng từ bi không biên giới. Tinh thần "tôn trọng sự sống" được đẩy lên tầm cao mới khi lòng từ không chỉ dành cho con người mà còn lan tỏa sang thế giới động vật. Việc chăm sóc muôn loài như những mầm sống có Phật tính đã tạo nên một bức tranh Phật giáo đầy lòng lân mẫn và bảo vệ môi trường.

1.6. Ethiopia: Một mầm sống mới trên vùng đất của trí tuệ cổ xưa

Phật giáo tại Ethiopia, dù chỉ là một "mầm sống mới", đã đại diện cho một sự bổ sung sâu sắc vào bức tranh tâm linh cổ kính của quốc gia này. Bằng cách hài hòa việc thực hành chánh niệm với các giá trị truyền thống của **Ubuntu**, Đạo pháp đã trở thành một liều thuốc tâm lý quý báu cho một xã hội hiện đại đang thay đổi nhanh chóng. Khi các nhóm nghiên cứu trẻ tiếp tục xuất hiện tại những thành phố như Addis Ababa, tương lai của Đạo pháp tại vùng Sừng châu Phi đang tỏa sáng với hứa hẹn về sự kiên cường, lòng từ bi và sự bình an nội tại vĩnh cửu.

1.7. Cộng Hòa Dân Chủ Congo: Đức tin nảy mầm từ gian khó

Như đóa sen vươn lên từ bùn lầy, Phật giáo tại CHDC Congo thể hiện tinh thần kiên cường tuyệt vời. Bất chấp những khó khăn về an ninh và địa lý, hình ảnh những Phật tử bản địa đi bộ hàng giờ, khoác trên mình bộ đồng phục **Gia đình Phật tử Việt Nam** để đến nghe pháp, là minh chứng hùng hồn nhất cho việc niềm tin có thể vượt qua mọi rào cản vật lý,

1.8. Nam Phi: Sự đa dạng trong Quốc gia Cầu vồng

Phật giáo Nam Phi là một minh chứng sống động cho tinh thần của "Quốc gia Cầu vồng," nơi giao thoa giữa các truyền thống tâm linh toàn cầu và bản sắc đa văn hóa độc đáo của đất nước này. Từ sự hiện diện lâu đời của các dòng phái Thiền tông, Đại thừa Tịnh độ tông và Nam tông đến tầm ảnh hưởng ngày càng lớn của các phong trào Phật giáo Tây Tạng và Phật giáo dấn thân, Đạo pháp đã tìm thấy chỗ đứng trong trái tim của cả cộng đồng địa phương lẫn cộng đồng người nước ngoài. Bằng cách thúc đẩy đối thoại, lòng từ bi và sự bình an nội tại, Phật giáo tiếp tục đóng một vai trò thầm lặng nhưng sâu sắc trong hành trình hướng tới sự đoàn kết và phục hồi tâm linh của Nam Phi.

1.9. Madagascar: Đỉnh cao của Nghệ thuật và Tâm linh

Quốc đảo này đại diện cho một bước tiến chuyên nghiệp hóa của

Phật giáo qua **Dàn nhạc thiền giao hưởng** của Đại sư Thích Ngộ Lạc. Âm nhạc đã trở thành ngôn ngữ phổ quát, đánh thức Phật tính trong lòng người dân Madagascar mà không cần đến quá nhiều ngôn từ. Những tấm card "Con đường giác ngộ" đa ngôn ngữ chính là những hạt giống pháp đang thầm lặng lan tỏa khắp đảo xanh.

2. NHỮNG ĐIỂM NHẤN CỦA PHẬT GIÁO NAM PHI

2.1. Tính đa sắc tộc: Đạo Phật đã vượt ra khỏi ranh giới của cộng đồng gốc Á, lan tỏa mạnh mẽ và được cộng đồng người Châu Phi da đen (Black Buddhists) trân trọng tiếp nhận.

2.2. Sự kết hợp giữa Thiền và Nghệ thuật: Việc sử dụng Thiền nhạc và hội họa đã biến giáo lý trở nên gần gũi, dễ thẩm thấu, phá vỡ mọi rào cản về ngôn ngữ và văn hóa bản địa.

2.3. Hoạt động từ thiện (Charity): Phật giáo gắn liền với sự dấn thân tại các "Townships" (khu ổ chuột), mang lại sự hỗ trợ thiết thực về y tế và giáo dục, khẳng định đạo Phật luôn đồng hành cùng nỗi đau của nhân loại.

2.4. Sự giao thoa của các truyền thống lớn: Nam Phi là mảnh đất lành cho cả Nam truyền, Đại thừa và Kim Cương thừa. Sự hỗ trợ của các tổ chức quốc tế từ Đài Loan, Ấn Độ, Tây Tạng, Thụy Sĩ... đã tạo nên một hệ sinh thái tu học phong phú và đa dạng.

2.5. Bài học về sự hòa hợp: Dù thiếu thốn về cơ sở vật chất và giảng sư, nhưng với lòng nhiệt thành của chư Tăng bản địa và hải ngoại, Phật giáo vẫn nảy mầm và phát triển vững chắc.

3. ĐẶC ĐIỂM CỐT LÕI CỦA PHẬT GIÁO CHÂU PHI THẾ KỶ XXI

Qua khảo sát thực tế, chúng ta nhận diện ba trụ cột chính:

3.1.Nhập thế tích cực: Sử dụng "ngôn ngữ của lòng từ bi" qua thiện nguyện để tiếp cận quần chúng.

3.2.Bản địa hóa sâu sắc: Đạo Phật đã bén rễ thật sự khi kinh điển được dịch thuật và Tăng Ni người Phi bắt đầu đảm đương vai trò lãnh đạo.

3.3.Ứng dụng công nghệ và nghệ thuật: Sự hỗ trợ của truyền thông, AI và âm nhạc đã nâng tầm truyền bá giáo pháp lên một vị thế mới.

4. THÁCH THỨC VÀ CƠ HỘI: TẦM NHÌN TƯƠNG LAI

4.1. Thách thức: Rào cản ngôn ngữ và sự khác biệt văn hóa vẫn là những thử thách lớn trước sự hưng thịnh của các tôn giáo khác.

4.2. Cơ hội: Giới trẻ Châu Phi đang khao khát một con đường tâm linh hòa bình, thực tế và khoa học. Đạo Phật với thông điệp giải thoát hoàn toàn đáp ứng được nhu cầu này.

Kết luận: Phật giáo Châu Phi hôm nay là một thực thể sống động, hòa quyện giữa **Tâm linh Á Đông** và **Bản sắc Phi Châu**. Với lòng kiên trì và tình thương không lay chuyển, đóa sen Phi Châu chắc chắn sẽ còn tỏa hương rực rỡ, mang lại bình an và hy vọng cho lục địa này và toàn thế giới.

Phi châu đất đỏ nở hoa sen,
Diệu pháp bừng lên giữa nắng phèn.
Tình thương kết nhịp nghìn trùng lối,
Ánh sáng từ bi tỏa khắp miền.

Ni sư TN Giới Hương (với nón lá), Sư cô Đức Trí và 300 các chú tiểu nhỏ trong khóa tu Xuất gia gieo duyên tại Trung tâm Phật giáo Uganda, ngày 12/12/2025.

NGUỒN THAM KHẢO

SÁCH

Buddharakkhita, Bhikkhu Kaboggoza. *Planting Dharma Seeds: The Emergence of Buddhism in Africa*. 3rd ed. Newark, DE: CreateSpace Independent Publishing Platform, 2018. Published by the Newark Center for Meditative Culture in association with the Uganda Buddhist Centre.

Pannasekara Thero, ILukpitiye. *Buddhism in Africa*. Malaysia: Sasana Abhiwurdhi Wardhana Society, 2015.

Pannasekara Thero, ILukpitiye. "Buddhism: 100 Years in Africa—A Personal Reflection." Paper presented December 4-6, 2021, Dar es Salaam, Tanzania, 2021.

ONLINE RESOURCES

This book utilized generative AI tools for research assistance, idea generation, and editing suggestions.

https://en.mg-xizu.com/

https://nairobibuddhisttemple.org/

https://ugandabuddhistcenter.org/

https://www.brcixopo.co.za/

https://www.dharma.ru/sadhu/965-buddhist-temple-meditation-centre

https://www.facebook.com/Venerablepannabodhi

https://www.facebook.com/zambia-shaolin-temple

https://www.facebook.com/赞比亚少林寺zambia shaolin temple

https://www.nanhuatemple.org/contactus

PHỤ LỤC

HÀNH TRÌNH "TRAO YÊU THƯƠNG – NHẬN NỤ CƯỜI" CỦA CHÙA HƯƠNG SEN TẠI CÁC NƯỚC CHÂU PHI

Thích Nữ Giới Hương

Sứ giả Như Lai dặm dặm xa

Đem tình thương trải khắp muôn nhà

Châu Phi nắng gió mầm sen nở

Rạng rỡ nụ cười, vạn đóa hoa.

Khi những chuyến bay cuối cùng đưa đoàn Chùa Hương Sen từ Châu Phi trở về California, Hoa Kỳ, chuẩn bị đón Tết Bính Ngọ 2026, khép lại hành trình 35 ngày (10/12/2025 – 15/01/2026) qua chín quốc gia Châu Phi, trong lòng mỗi thành viên dường như vẫn còn đọng lại tiếng cười trong trẻo của trẻ thơ và những ánh mắt biết ơn của người dân bản địa.

Chuyến đi do **Chùa Hương Sen (California, USA)** tổ chức không chỉ là một chuyến hành hương, mà là một nhịp cầu yêu thương bắc qua đại dương, mang hơi ấm từ những tấm lòng vàng của Quý Sư cô và Phật tử đến với vùng đất Uganda, Rwanda, Kenya, Tanzania, Zambia, Ethiopia, CHDC Congo, Nam Phi và Madagascar.

Những "Món Quà Từ Tâm" Đong Đầy Hạnh Phúc

Bỏ lại sau lưng những mệt nhọc, thử thách, khó khăn, điều còn lại duy nhất là hình ảnh những bịt gạo trắng tinh, những túi đường, bịt muối, chai dầu ăn, nước juice trái cây, những chiếc bánh bích quy, gói kẹo bánh ngọt ngào được trao tận tay các gia đình và trẻ em nghèo, những bộ đồ đồng phục cho các trẻ mồ côi đi học, cùng những lời chúc lành, tụng kinh kết duyên với Tam bảo vẫn còn vang vọng mãi.

Niềm vui trong ánh mắt: Nhìn thấy nụ cười rạng rỡ của các em nhỏ khi nhận miếng bánh, viên kẹo, hay sự xúc động của những người dân làng khi đón nhận nhu yếu phẩm, chúng ta mới thấu hiểu rằng: **Hạnh phúc không phải là nắm giữ, mà là những gì quý Phật tử từ Hoa Kỳ xa xôi đã thương yêu gởi đến và trao đi**

Sự kết nối không biên giới: Dù khác biệt về ngôn ngữ, màu da, nhưng ngôn ngữ của lòng từ bi đã xóa nhòa tất cả. Từng hạt gạo, muỗng muối, bịt đường… mà quý Sư cô cùng Phật tử từ California và nhiều tiểu bang của Hoa Kỳ đã phát tâm cúng dường, chia sẻ đã thực sự trở thành nguồn sống, là niềm an ủi lớn lao cho những mảnh đời còn nhiều gian khó.

Tri Ân Công Đức Chư tôn thiền đức và Quý Phật Tử

Để có được chuyến đi viên mãn này, Chùa Hương Sen xin gửi lời tri ân sâu sắc nhất đến Quý sư cô cùng các Phật tử gần xa. Chính sự phát tâm dõng mãnh và tấm lòng quảng đại của quý vị đã biến những dự định thành hiện thực, đã nở hoa tình thương giữa lòng Châu Phi. Mỗi phần quà được trao đi là một hạt giống thiện lành được gieo xuống, minh chứng cho tinh thần "Bầu ơi thương lấy bí cùng" của người con Phật trên khắp thế giới.

Danh sách các nhà hảo tâm hỗ trợ tịnh tài có đăng ở website: https://huongsentemple.com/index.php/vn/tin-tuc/tu-thien/9763-tu-thien-chau-phi-2025

Các hình ảnh từ thiện có đăng facebook: https://www.facebook.com/Huong.Sen.Riverside?mibextid=ZbWKwL

Cũng như sau tết Nguyên Đán năm 2026, xin mời đọc Tác phẩm thứ 116 của Chùa Hương Sen: "*Phật Giáo Châu Phi Thế Kỷ XXI*" và bản tiếng Anh số 117: "*Buddhism in Africa in the Twenty-First Century*" ở Tủ sách Bảo Anh Lạc trên website:

https://www.huongsentemple.com/index.php/vn/kinh-sach/tu-sach-bao-anh-lac

Lời Phật dạy: *"Người hay bố thí, vui vẻ không hối tiếc, thì đi đến đâu cũng được mọi người kính mến, tiếng lành đồn xa, tâm hồn luôn an lạc."* Đức Phật cũng từng khen ngợi công đức của sự sẻ chia rằng, người đem lòng từ bi cứu giúp kẻ khốn cùng sẽ nhận được phước báu vô lượng, giống như ngọn đuốc mồi sang hàng ngàn ngọn đuốc khác mà ánh sáng của nó không hề giảm đi, trái lại còn làm cho thế gian thêm rạng rỡ.

Lời Kết

Hành trình 35 ngày tại Châu Phi đã khép lại, nhưng dư âm của "Trao Yêu Thương – Nhận Nụ Cười" sẽ còn vang vọng mãi. Một lần nữa thành thật tri ân Chư tôn thiền đức và các Phật tử đồng hương xa gần đã ủng hộ cho chương trình Từ thiện và Hành hương Châu Phi do Chùa Hương Sen tổ chức. Thành thật tri ân các ân nhân cùng các tu viện tổ chức từ thiện hoặc trực tiếp hay gián tiếp đã góp bàn tay cho chuyến đi thành tựu mỹ mãn.

Kính nguyện hồng ân Tam Bảo gia hộ cho Chư tôn thiền đức, quý Phật tử cùng tất cả chúng sanh luôn an lạc trong chánh pháp của Như Lai và mong rằng những vòng tay nhân ái của chúng ta sẽ còn vươn xa hơn nữa trong những hành trình sắp tới.

Bàn tay tặng đóa hồng tươi

Mùi hương còn mãi trên người tặng cho.

Nam Mô Công Đức Lâm Bồ Tát Ma Ha Tát tác đại chứng minh.

Chùa Hương Sen, Xuân Bính ngọ, ngày 15/01/2026

Kính tường,

Trụ trì Thích Nữ Giới Hương

HÌNH ẢNH HÀNH TRÌNH "TRAO YÊU THƯƠNG – NHẬN NỤ CƯỜI"

UGANDA

RWANDA

KENYA

TANZANIA

ZAMBIA

ETHIOPIA

CỘNG HÒA DÂN CHỦ CONGO

MADAGASCAR

TỦ SÁCH BẢO ANH LẠC

Thích Nữ Giới Hương

1.1. The Vietnamese Books

1. *Bồ-tát và Tánh Không Trong Kinh Tạng Pali và* Đại *Thừa* (Bodhisattva and Sunyata in the Early and Developed Buddhist Traditions)
2. *Ban Mai Xứ Ấn* (the Dawn in India) - *Tuyển tập các Tiểu Luận Phật Giáo* (Collection of Buddhist Essays), (3 tập)
3. *Sārnātha - Vườn Nai – Chiếc Nôi Phật Giáo* (Sārnātha - Deer Park–the Cradle of Buddhism)
4. *Quy Y Tam Bảo và Năm Giới* (Take Refuge in Three Gems and Keep the Five Precepts)
5. *Vòng Luân Hồi* (The Cycle of Life)
6. *Hoa Tuyết Milwaukee* (Snowflake in Milwaukee)
7. *Luân Hồi trong Lăng Kính Lăng Nghiêm* (Rebirth in Śūrangama Sūtra)
8. *Nghi Thức Hộ Niệm, Cầu Siêu* (The Ritual for the Deceased)
9. *Quan* Âm *Quảng Trần* (The Commentary of Avalokiteśvara Bodhisattva)

10. *Nữ Tu và Tù Nhân Hoa Kỳ* (A Nun and American Inmates)

11. *Nếp Sống Tỉnh Thức của Đức Đạt Lai Lạt Ma Thứ XIV* (The Awakened Mind of the 14th Dalai Lama)

12. *A-Hàm: Mưa pháp chuyển hóa phiền não* (*Agama – A Dharma Rain Transforms the Defilement*), 2 tập

13. *Góp Từng Hạt Nắng Perris* (Collection of Sunlight in Perris).

14. *Pháp Ngữ của Kinh Kim Cang* (Key Words of Vajracchedikā-Prajñāpāramitā-Sūtra)

15. *Tập Thơ Nhạc Nắng Lăng Nghiêm* (Songs and Poems of Śūraṅgama Sunlight)

16. *Nét Bút Bên Song Cửa* (Reflections at the Temple Window)

17. *Máy Nghe MP3 Hương Sen* (Hương Sen Digital Mp3 Radio Speaker): Các Bài Giảng, Sách, Bài viết và Thơ Nhạc của Thích Nữ Giới Hương (383/201 bài); Lectures, Books, Articles and Poems by Ven. Gioi Huong (383/201 songs)

18. *DVD Giới Thiệu về Chùa* Hương Sen, USA (Introduction to Huong Sen Temple)

19. *Ni Giới Việt Nam Hoằng Pháp tại Hoa Kỳ* (Sharing the Dharma - Vietnamese Buddhist Nuns in the United States)

20. *Tuyển Tập 40 Năm Tu Học & Hoằng Pháp của Ni sư Giới* Hương (Forty Years in the Dharma: A Life of Study and Service—Venerable Bhikkhuni Giới Hương), Thích Nữ Viên Quang, TN Viên Nhuận, TN Viên Tiến, and TN Viên Khuông

21. *Tập Thơ Nhạc Lối Về Sen Nở* (*Songs and Poems of Lotus Blooming on the Way)*

22. *Nghi Thức* Công Phu *Khuya – Thần Chú Thủ Lăng Nghiêm*

(Śūraṅgama Mantra)

23. *Nghi Thức Cầu An – Kinh Phổ* Môn (The Universal Door Sūtra)

24. *Nghi Thức Cầu An – Kinh Dược Sư* (The Medicine Buddha Sūtra)

25. *Nghi Thức Sám Hối Hồng Danh* (Ritual of Repentance and Invocation of Sacred Names)

26. *Nghi Thức Công Phu Chiều – Mông* Sơn *Thí Thực* (The Evening Chanting Ritual – Offering Food to Hungry Ghosts)

27. *Khóa Tịnh* Độ – *Kinh A Di* Đà (The Amitabha Buddha Sūtra).

28. *Nghi Thức Cúng Linh và Cầu Siêu* (Ritual of Offering to the Spirits and Praying for the Deceased)

29. *Nghi Lễ Hàng Ngày - 50 Kinh Tụng và các Lễ Vía trong Năm* (Daily Chanting Rituals and Annual Ceremonies)

30. *Hương* Đạo *Trong* Đời *2022* (Tuyển tập 60 Bài Thi trong Cuộc Thi Viết Văn Ứng Dụng Phật Pháp 2022, The Path of Life 2022 (*Collection of Sixty Essays from the 2022 Applied Buddhist Philosophy Writing Contest)*

31. *Hương Pháp 2022* (Tuyển Tập Các Bài Thi Trúng Giải Cuộc Thi Viết Văn Ứng Dụng Phật Pháp 2022 (Collection of Winning Entries from the 2022 Applied Buddhist Essay Writing Contest)

32. *Giới* Hương - *Thơm Ngược Gió Ngàn* (Giới Hương – The Virtue Fragrance Against the Thousand Winds), Nguyên Hà

33. *Pháp Ngữ Kinh Hoa Nghiêm* (Dharma Teachings of the Avatamsaka Sutra (Buddhaavatamsaka-nāma mahāvaipulya-sūtra) (2 volumes)

34. *Tinh Hoa Kinh Hoa Nghiêm (The Essence of the Avatamsaka Sutra*)

35. *Phật Giáo – Tầm Nhìn Lịch Sử Và Thực Hành* (*Buddhism: A Historical and Practical Vision*). Hiệu đính: Thích Hạnh Chánh và Thích Nữ Giới Hương

36. *Nhật ký Hành Thiền Vipassana và Kinh Tứ Niệm Xứ* (Diary: Practicing Vipassana and the Four Foundations of Mindfulness Sutta)

37. *Nghi cúng Giao Thừa* (New Year's Eve Ceremony)

38. *Nghi cúng Rằm Tháng Giêng* (The Ceremony of the First Month's Full Moon)

39. *Nghi thức Lễ Phật* Đản (The Buddha's Birthday Ceremony)

40. *Nghi thức Vu Lan* (The Ullambana Festival or Parent Day)

41. *Lễ Vía Quan Âm (*The Avolokiteshvara Day)

42. *Nghi cúng Thánh Tổ Kiều Đàm Di* (The Death Anniversary of Mahapajapati Gotami)

43. *Nghi thức cúng Tổ và Giác linh Sư trưởng* (The Ancestor Day)

44. *Nghi Lễ Chẩn Tế Mười Hai Loại Cô Hồn* (Offering Food to the Twelve Ghosts)

45. *Kỷ Yếu Lễ Tưởng Niệm Thánh Tổ Kiều Đàm Di tại Chùa Hương Sen năm 2024* (The Yearbook of the Commemoration of Mahapajapati Gotami at Huong Sen Temple in 2024)

46. *Nghi Thức Cầu Siêu Chư Hương Linh Thai Nhi* (Prayer for the Souls of Unborn Babies (Miscarriage, Abortion, Termination, Stillbirth)

47. *Kim Quang Minh Kinh Sám Trai Thiên Khóa Nghi* (The

Golden Light Sutra - Heavenly Course)

48. *Phật Giáo và Thánh Tích Sri Lanka* (Buddhism and Holy Buddhist Places in Sri Lanka)

49. *Đấu Tranh Bất Bạo Động Là Nền Tảng Xây Dựng Hòa Bình Toàn Cầu* (Nonviolent Struggle - the Foundation for Building Global Peace)

50. *Vũ Trụ Luận dưới lăng kính Khoa học và Phật Giáo* (Cosmology under the Lens of Science and Buddhism)

51. *COVID-19: Vai trò Phật Giáo trong Việc Chữa Lành* (COVID-19: The Role of Buddhism in Healing)

52. *Đại Dịch Coronavirus trong Thế Kỷ XXI* (Coronavirus Pandemic in the Twenty-First Century)

53. *Đóng góp của Phật Giáo cho Hòa Bình Thế Giới và Hòa Hợp Xã Hội (*Contribution of Buddhism for World Peace & Social Harmony).

54. *Phật Giáo Toàn Cầu - Đặc Biệt Liên Kết Với Sri Lanka* (Global Spread of Buddhism with Special Reference to Sri Lanka)

55. *Phật Giáo Sri Lanka từ Thế Kỷ 19-21* (Buddhism in Sri Lanka during the Period of 19th to Twenty-First Centuries)

56. *Ngày Nhà Giáo Việt Nam 20/11 – Tri Ân Người Khai Trí* (Vietnamese Teachers' Day November 20 - Gratitude to the Master Guiding the knowledge)

57. *Lịch Sử Giáo Dục Phật Giáo ở Sri Lanka: Sự Phục Hồi của Ni Đoàn Tỳ-kheo-ni* (History of Buddhist Education in Sri Lanka: Revival of The Bhikkhuni Sangha)

58. *Sự Tiến Hóa của Vũ Trụ, Con Người và Nghiệp Báo* (The Evolution of the Universe, Humans and Karma)

59. *Vũ Trụ Luận dưới lăng kính Khoa Học và Phật Giáo* (Cosmology through the Lens of Science and Buddhism).

60. *Phật giáo Nga thế kỷ XXI – Cánh cửa Tâm linh*, Thích Nữ Giới Hương, Với lời giới thiệu của Did Khambo Lama Sodnomdorzhiev, Đức Phó Tăng Thống Giáo hội Phật giáo Nga.

61. *Ni giới nước Nga*

62. *Phật Giáo Châu Phi Thế Kỷ XXI*

1.2. The English Books

1. *Bodhisattva and Sunyata in the Early and Developed Buddhist Traditions*
2. *Rebirth Views in the Śūraṅgama Sūtra*
3. *Commentary of Avalokiteśvara Bodhisattva*
4. *Key Words in Vajracchedikā Sūtra*
5. *Sārnātha the Cradle of Buddhism (From an Archeological Perspective)*
6. *Cycle of Life*
7. *Forty Years in the Dharma: A Life of Study and Service—Venerable Bhikkhuni Giới* Hương
8. *Sharing the Dharma-Vietnamese Buddhist Nuns in the United States*
9. *A Buddhist Nun and American Inmates*
10. *Daily Monastic Chanting*
11. *Weekly Buddhist Discourse Chanting*

12. *Practice Meditation and Pure Land*

13. *The Ceremony for Peace*

14. *The Lunch Offering Ritual*

15. *The Ritual Offering Food to Hungry Ghosts*

16. *The Pureland Course of Amitabha Sutra*

17. *The Medicine Buddha Sutra*

18. *The New Year Ceremony*

19. *The Great Parinirvana Ceremony*

20. *The Buddha's Birthday Ceremony*

21. *The Ullambana Festival (Parents' Day)*

22. *The Marriage Ceremony*

23. *The Blessing Ceremony for the Deceased*

24. *The Ceremony Praising Ancestral Masters*

25. *The Enlightened Buddha Ceremony*

26. *The Uposatha Ceremony (Reciting Precepts*)

27. *Buddhism: A Historical and Practical Vision.* Edited by Ven. Dr. Thich Hanh Chanh and Ven. Dr. Bhikṣuṇī TN Gioi Huong

28. *Contribution of Buddhism for World Peace & Social Harmony*. Edited by Ven. Dr. Buddha Priya MahaThero and Ven. Dr. Bhikṣuṇī TN Gioi Huong

29. *Global Spread of Buddhism with Special Reference to Sri Lanka*. Buddhist Studies Seminar in Kandy University. Edited by Dr. Ven. Kahawatte Siri Sumedha Thero and Dr.

Bhikṣuṇī TN Gioi Huong

30. *Buddhism in Sri Lanka During the Period of Nineteen to Twenty-First Centuries*. Buddhist Studies Seminar in Colombo. Edited by Prof. Ven. Medagama Nandawansa and Dr. Bhikṣuṇī TN Gioi Huong

31. *Diary: Practicing Vipassana and the Four Foundations of Mindfulness Sutta*

32. *Prayer for the Souls of Unborn Babies.*

33. *Nonviolent Struggle - the Foundation for Building Global Peace*

34. *History of Buddhist Education in Sri Lanka: Revival of the Bhikkhuni Sangha*

35. *The Essential Teachings of Avataṃsaka Sūtra* (Tinh Hoa Kinh Hoa Nghiêm)

36. *Russian Buddhism in the Twenty-First Century – The Door to Spirituality* (Phật giáo nước Nga thế kỷ XXI – Cánh Cửa Tâm linh)

37. *Buddhism in Africa in the Twenty-First Century* (Phật giáo Châu Phi Thế Kỷ XXI)

38. *Buddhism and Sacred Sites of Sri Lanka.* (Phật giáo và Thánh Tích Tích Lan)

1.3. The Bilingual Books (Vietnamese-English)

1. *Bản Tin Hương Sen: Xuân, Phật Đản, Vu Lan (*Hương Sen Newsletter: Spring, Buddha Birthday and Vu Lan, annual/ Mỗi Năm)

2. *Danh Ngôn Nuôi Dưỡng Nhân Cách* - Good Words Nurture

a Good Manner

3. *Văn Hóa Đặc Sắc của Nước Nhật Bản* - Exploring the Unique Culture of Japan

4. *Sống An Lạc dù Đời không Đẹp như Mơ* - Live Peacefully though Life is not Beautiful as a Dream

5. *Hãy Nói Lời Yêu Thương* - Words of Love and Understanding

6. *Văn Hóa Cổ Kim qua Hành Hương Chiêm Bái* - The Ancient and Modern Culture through Pilgrimage and Worship

7. *Nghệ Thuật Biết Sống - Art of Living*

8. *Dharamshala - Hành Hương Vùng Đất Thiêng, Ấn* Độ, Dharamshala - Pilgrimage to the Sacred Land, India

9. *The Great Contribution to World Peace and Social Harmony of Emperor Ashoka and Emperor Trần Nhân Tôn*g - Sự *Đóng* Góp cho Hòa Bình Thế Giới và An toàn Xã Hội của Hoàng *Đế* A-Dục và Vua Trần Nhân Tông

1.4. Translated Books

1. *Xá Lợi Của Đức Phật* (Relics of the Buddha), Tham Weng Yew

2. *Sen Nở Nơi Chốn Tử Tù* (Lotus in Prison), many authors.

3. *Chùa Việt Nam Hải Ngoại* (Overseas Vietnamese Buddhist Temples)

4. *Việt Nam Danh Lam Cổ Tự* (The Famous Ancient Buddhist Temples in Vietnam)

5. *Hương Sen, Thơ và Nhạc* – (Lotus Fragrance, Poem and Music)

6. *Phật Giáo - Một Bậc* Đạo *Sư, Nhiều Truyền Thống* (Buddhism: One Teacher – Many Traditions), Đức Đạt Lai Lạt Ma 14th & Ni Sư Thubten Chodren

7. *Cách Chuẩn Bị Chết và Giúp Người Sắp Chết - Quan Điểm Phật Giáo* (Preparing for Death and Helping the Dying – A Buddhist Perspective)

2. Buddhist Music Albums

From Poems of Thích Nữ Giới Hương

1. *Đào Xuân Lộng Ý Kinh* (The Buddha's Teachings Reflected in Cherry Flowers)
2. *Niềm Tin Tam Bảo* (Trust in the Three Gems)
3. *Trăng Tròn Nghìn Năm Đón Chờ Ai* (The Thousand-Year Full Moon Awaits)
4. *Ánh Trăng Phật Pháp* (Moonlight of Dharma-Buddha)
5. *Bình Minh Tỉnh Thức* (Awakened Mind at the Dawn) (*Piano Variations for Meditation*)
6. *Tiếng Hát Già Lam* (Song from the Temple)
7. *Cảnh Đẹp Chùa Xưa* (The Magnificent, Ancient Buddhist Temple)
8. *Karaoke Hoa Ưu Đàm Đã Nở* (An Udumbara Flower Is Blooming)
9. *Hương Sen Ca* (Hương Sen's Songs)
10. *Về Chùa Vui Tu* (Happily Go to Temple for Spiritual Practices)

11. Gọi Nắng Xuân Về (Call the Spring Sunlight)

12. Đệ Tử Phật (Buddhist Disciples)

13. Hoa Pháp Cú (Dhammapada Flower)

14. Vu Lan Báo Hiếu (Filial Piety in the Vu Lan Season)

Please visit: http://www.huongsentemple.com/index.php/kinh-sach/tu-sach-bao-anh-lac

Về Tác Giả

Ni sư Tiến sĩ TN Giới Hương sinh năm 1963 tại Bình Thuận, Việt Nam. Ni sư xuất gia năm 15 tuổi, là đệ tử của bậc danh ni lỗi lạc – Cố Ni trưởng Hải Triều Âm. Năm 1994, Ni sư tốt nghiệp Cử nhân Văn khoa tại Đại học Sài Gòn.

Ni sư có hơn 15 năm tu học tại Ấn Độ và đã bảo vệ thành công luận án Tiến sĩ Triết học Phật giáo tại Đại học Delhi vào năm 2003.

Sau khi định cư tại Hoa Kỳ vào năm 2005, Ni sư tiếp tục hoàn tất văn bằng Cử nhân Văn chương thứ hai tại Đại học California, Riverside (UCR) vào năm 2015. Hiện nay, là giảng viên tại Học viện Phật giáo Việt Nam tại TP. HCM, Việt Nam và nhiều trung tâm tu học tại Hoa Kỳ.

Với tâm hồn tĩnh lặng và thường trầm ngâm về giáo pháp, Ni sư đã biên soạn, dịch thuật nhiều tác phẩm Phật giáo và sáng tác lời cho các album nhạc được ấn hành qua Tủ sách Bảo Anh

Lạc, tính đến tháng 2 năm 2026 là 120 tác phẩm tiếng Việt và Anh ngữ.[1]

Tháng 4 năm 2010, Ni sư thành lập Chùa Hương Sen tại Perris, California và giữ ngôi vị Trụ trì cho đến nay.

Chùa Hương Sen tọa lạc trên khuôn viên rộng 10 mẫu Anh (4 hecta) thuộc vùng bán sa mạc Nam California. Ngôi chùa đã được Chính phủ Hoa Kỳ chính thức công nhận là tổ chức tôn giáo phi lợi nhuận 501(c)(3) vào tháng 6 năm 2011.

Hiện tại, chùa là nơi tu học của 6 đệ tử xuất gia cùng 3 chú chó nhỏ — Rosie, Bruno và Rudy — cùng chung sống với Ni sư Trụ trì.

1. https://huongsentemple.com/index.php/vn/kinh-sach/tu-sach-bao-anh-lac

www.ingramcontent.com/pod-product-compliance
Lightning Source LLC
LaVergne TN
LVHW100229051026
849517LV00006B/1849